வியந்தான் வியர்த்தான் கம்பன்

நூலாசிரியர்

கவிஞர். இர. அரங்கநாதன்

த/பெ ரகுபதி

கைபேசி : 9952699041

E-mail : kavinjarranganathank@gmail.com

ranganathankavingar@gmail.com

நந்தினி பதிப்பகம்

117-புறவழிச்சாலை - திருவண்ணாமலை - 606 601

அலைப்பேசி : 9843823777, 8248252792

E-mail : nsmugam.tvm@gmail.com

விவரப் பட்டியல் ....

நூலின் பெயர்	:	**வியந்தான் வியர்த்தான் கம்பன்**
நூலாசிரியர்	:	**கவிஞர். இர. அரங்கநாதன்**
		கைபேசி : 9952699041
பதிப்பு	:	ஜூலை 2024
பக்கங்கள்	:	108
நூல் வடிவம்	:	டெம்மி 1/8
கணினி அச்சு / அட்டைப்படம்	:	**டிசைனிங் சொலியுஷன்** சென்னை - 24
வெளியீடு	:	**நந்தினி பதிப்பகம்** 117, புறவழிச்சாலை திருவண்ணாமலை - 606601 செல் : 9843823777, 8248252792
விலை	:	ரூ. **200/-**
அச்சிட்டோர்	:	**ஸ்ரீ விக்னேஷ் பிரிண்ட்ஸ்** சென்னை - 83
உரிமை	:	**நூலாசிரியருக்கு**

மாம்பலம் **ஆ. சந்திரசேகர்**

தொழிலதிபர், எழுத்தாளர், சந்திரசேகர் பில்டர்ஸ்

33, பரோடா இல்லம், மேற்கு மாம்பலம்

சென்னை-600033 செல்: 944405322

வாழ்த்துரை

"சீ! நான் ஒரு கவியா? என்று அரற்றி வீழ்ந்தான்" இதை கவியாக யாத்து தன்னை நொந்த கொள்ளும் கவிஞர் யார்? கத்துக்குட்டி கவியா? கற்பனை வராத புலவனா? என்றால்....! ஒரே போடாக போடுகிறார் 'இவர் தான் அவர்' என்று நூலாசிரியர் குறிப்பிடுவது மகா கவி கம்பரைத்தான் ????!

பாரதி வியந்து 'கம்பனைப் போல் ஒரு கவியை பூமிதனில் கண்டதில்லை' என்ற பாடிய கம்பனையே – சீ! நான் ஒரு கவியா என்று நொந்தான் என்று பாடுகிறார் என்றால்.... எதைக் கண்டு 'கம்பன் வியந்தான்.... வியர்த்தான்' என்ற ஆவலை கவிரசிப்போரை ஆவல் கொள்ளச் செய்கிறார்.

தன் 29வது கவியின் இறுதி வரிகள் தான் எமது முதல் ஆரம்பவரி

கம்பரை – கவி வம்பர்கள் லாவணி பாடுவது காலம் தோறும் நடப்பதுதான்!

'கம்பரசம்' என்று அழகை அளவுக்கு அதிகமாக ரசித்ததை 'அறிஞர் அண்ணா' விமர்சித்து நூலாக்கினார்!

'கம்பன் ஏமாந்தான் – கன்னியரை ஒரு மலர் என்றானே என்று பாடல் எழுதி வஞ்சப் புகழ்ச்சி செய்தார் கண்ணதாசன்.

அதே வரிசையில் 'கம்பன் வியந்தான் – வியர்த்தான் என்று நாயகியின் பேரழகை வர்ணிக்க சொற்களை காணாமல் வீழ்ந்தான்' என்று சொக்க வைக்கிறார் நம் கவிஞர் இர. அரங்கநாதன் அவர்கள்!

69 கவிதைகளில் நம்மை தேனில் விழுந்த தேனீ போல கிறங்க அடிக்கிறார்.

கம்பனின் இராமாயணத்தில் கருத்தில் முரண்பட்ட அறிஞர்கள் கூட அவரின் கவி வளத்தில் மயங்கி போய் இருக்கிறார்கள்!

கவி அரங்கநாதனின் காதல் கவிகளில் முரண்பாடும் இல்லை! செய்யுளில் இலக்கணக் குற்றமும் இல்லை – வறண்ட சொற்களின் அணி வகுப்பும் இல்லை

புதுக் கவிஞர்கள் பிறப்பில் – மரபுக்கவிகள் யாப்போர் மெல்ல மறையும் இக்காலத்தில் – புதிய ரசிக்கும் கவிதைகளை புதிய சொற்களில் பழமை மாறா இலக்கிய பாலம் – அரங்கநாதன் படைப்புகள்!

இவரிடம் கலந்துரையாடும்போது – நான் படித்தது பத்தாவது தான் என்றார். 'நல்ல வேளை நீங்கள் எட்டாவது வரை மட்டும் படித்து இருந்தால் கவியரசர் கண்ணதாசன் போல திரைப்பட பாடலிலும் நுழைந்து இருப்பீர்கள்' என்றேன்! சிரித்து விட்டார்!

'தமிழனாய் பிறந்ததே மிகப்பெரிய பாக்கியம்! ரசித்து முயன்றால் – கவிதை படிப்பதில் மூழ்கினால் – கற்பதில் ஆர்வம் மிகுந்தால் போதும் – இது தான் தகுதி! இது உங்களிடம் நிறைந்து உள்ளது' என்றேன்.

இந்த பாராட்டுத்தான் இந்த நூலைப் படிக்கும் உங்களுக்கும் உதிக்கும்!

வாழ்க கவிஞர்! வளர்க தமிழ்!

அன்புடன்

மாம்பலம் **ஆ. சந்திரசேகர்**

நல்லாசிரியர் கவிஞர்
முனைவர் மு. பிரசன்னா
தலைமை ஆசிரியர்

அண்டம்பள்ளம் - திருவண்ணாமலை வட்டம்

வாழ்த்துரை

படித்தேன் வியந்தேன்....

தமிழ் சான்றோர் தாயை தமிழ் மொழியை சிலர் பெருமைப்படுத்துவதுண்டு. சிறப்புப்படுத்துவதுண்டு, அழகு படுத்துவதுண்டு உயர்த்தி நிறுத்துவதுண்டு. அந்த வகையில் பல வகையில் தமிழை உலகில் உயர் தனிச்செம் மொழியாய் தனித்து நிற்கச் செய்கின்றனர். இந்த மரபுக் கவிதை புத்தகத்தின் ஆசிரியர் கவிஞர் அரங்கநாதன் 21ம் நூற்றாண்டில் தமிழ் மொழிக்கு சிறப்பு சேர்த்துள்ளார். ஆம் இலக்கண பிழையின்றி நவரசமாய் சுவை கூட்டி காதலை உறவை மனிதத்தை மனித மகத்துவத்தை படம் பிடித்து காட்டுகின்றார்.

யாரைத்தான் கண்டார் யாரைத்தான் நேசித்தார் யாரைத்தான் காதலித்தார் எப்படித்தான் எழுதினார் என்று புரியாமலே வியர்த்திருப்பான் கம்பனும் ஐயமேயில்லை. ஏனென்றால் எப்படி இப்படி எழுத முடியும் என்று கேட்பதற்கு கவிஞர் அரங்கநாதன் புத்தகமே அடையாளம். வள்ளுவன் இயற்றிட்ட வள்ளுவத்தில் முப்பாலின் சிறப்பு உலகம் போற்றும் ஆனால் இக்கவிஞன் படைத்திட்ட பெண்பால் சிறப்பினை வடித்து இருக்கின்றார். ஊடாடி பார்த்திருக்கின்றார் நடனமாடும் அழகை எதிலும் சிறந்ததாய் நினைத்திருக்கின்றார். பனை மரத்தின் மீது ஏறி கள்ளை தேடும் உலகில் பாலை தேடி சுவைத்திருக்கின்றார். தொல்காப்பிய இலக்கணம் கைவந்த கலையாய் இருப்பதால் எண்சீர் விருத்தத்தில் பூவை போற்றுகின்றார். சாதிப்பூ, வந்தப்பூ, வாழும் பூ, அந்திப்பூ, ஆராதிப்பூ, முந்திப்பூ, முத்தப்பூ,

தொந்திப்பூ அப்பப்பா வாழ்நாளில் பார்த்திராத பூக்கள் இத்தொகுப்பில் பூத்துக் குலுங்குகின்றன. போதும் போதும் என்று. அவருக்கு வானமே எல்லையாய் விளங்குகின்றது. முன்பின் காணாத அழகினை கண்டதால் அழகு உனக்கு நோய் எனக்கு என்று சொல்லி அரிதாரம் பூசா அழகினை பாடுகின்றார். ஈரேழு ஜென்மங்கள் போதும் என்ற உலகில் இருநூறு ஜென்மங்கள் வேண்டும் என்கின்றார். அணைப்பதினால் அணைப்பாயோ என்று கேள்வி கேட்டு தமிழை சுவைத்து சுவைக்க வைத்திருக்கின்றார் கவிஞர். நீங்களும் வாசியுங்கள் வியந்து போவீர்கள் வியர்த்துப் போவீர்கள்.... கலியுக கம்பன் இந்நூலின் கவிஞன் என்று. வாசியுங்கள் பலரை வாசிக்கச் சொல்லுங்கள் நன்றி! முனைவர் மு. பிரசன்னா

அன்புடன்

முனைவர் மு. பிரசன்னா

தமிழ்ச் செம்மல் **பா. இந்திரராஜன்**, பி. எஸ்.சி
தலைவர் மாவட்டச் தமிழ்ச்சங்கம்
திருவண்ணாமலை - 606601
அலைபேசி எண்: 9194432521

வாழ்த்துரை

கவிஞர்கள் கருவிலேயே திருவுடையவர்கள். கவிஞர்கள் உருவாக்கப்படுவதில்லை – தாமே உருவாகுபவர்கள். சுவை புதிது– பொருள் புதிது – வளம் புதிது – சொற் புதிது. சோதி மிக்க நவ கவிதை எந்நாளும் அழியாத மகாகவிதை என தேசியக் கவி பாரதியார் கூறி இருப்பது இங்கு நினைவுக்கு வருகிறது.

கிராமத்திலே பிறந்து உழவுத் தொழில் புரிந்து வரும் கவிஞர் இர. அரங்கநாதன் அவர்கள் எழுதி உள்ள ‘வியந்தான் – வியர்த்தான் கம்பன்‘ எனும் மரபு கவிதை நூலை படித்தேன் – இவரின் கவிதைகளின் சொல் நயத்தை – பொருள் நயத்தை – பாப்புனையும் ஆற்றலை அறிந்து வியந்தேன் ரசித்தேன் மகிழ்ந்தேன்.

பல்சுவை கவிதைகளை தந்து இந்த கவிதை புத்தகத்தையே "பேரின்பப் பெட்டகமாக" தந்து இருக்கிறார். கவிஞரின் "காதல் கவிதைகள்" படிக்கும் நம்முடைய இதயம் உற்சாகத்தான் மகிழ்கிறது. "தெய்வங்கள் திகைக்கின்ற அழகைக் கொண்டு தெருத்திரிவோன் என்னை நீ வதைக்கின்றாயே" என்கிற அவரின் உள்ளக்கிடக்கை வெளிப்படுத்துவது அழகு!

நிறைய கவிதைகள் ஒவ்வொன்றும் மனநிறைவை தருகின்ற கவிதைகள் – படிக்கும் போது உள்ளம் மகிழ்கின்ற படைப்பு ‘வியந்தான் – வியர்த்தான் கம்பன்‘ கவிஞர் இர. அரங்கநாதன் அவர்களுக்கு பாராட்டும் வாழ்த்தும்.

அன்புடன்

(பா. இந்திரராஜன்)

புலவர் **ஆ. ஆறுமுகம்**, பி. எஸ்.சி
மாநில தமிழாசிரியர் கழக சிறப்புத் தலைவர்,
திருவண்ணாமலை - 606601
அலைபேசி எண்: 9443039473

வாழ்த்துரை

'கம்பன் வீட்டு கட்டுத்தரியும் கவிபாடும்' என்ற சொலவடையை மெய்ப்பித்து காட்டியவர் கவிஞர் இரகுபதி அரங்கநாதன் என்றால் அது மிகையாகாது.

ஊடாடிப் பார்க்கத்தான் ஆசை ஆனால்
ஊடலது முற்றிவிட்டால் உன்னை நானும்

"ஏலாது காதலினை எழுதி டத்தான்" என்ற தொடக்கமே கம்பனின் சீடன் என்பதை தன் கவிதை வரிகளில் மெய்ப்பித்துள்ளார்.

பறிக்கின்ற "பூ" வுலகில் உண்டு; கண்டு, என்றே எண் சீர் விருத்தப்பாடலின் சொல் நயமும், பொருள் நயமும் போற்றத்தக்கது.

'அழகியலின் கூறெல்லாம் ஒன்றாய்ச் சேர்த்து' என்ற பாடலின் மூலம் வியந்தானே வியர்த்துப் போனான் என்பதை நயமாக நமக்கு எடுத்துக்காட்டும் பாங்கு பாராட்டுதலுக்குரியது.

'உன்னைப்போல் இன்னொருத்தி காண்பே னென்று" என்ற பாடலில் கண்ணத்தில், கிண்ணத்தில், வண்ணத்தில் என்று எதுகையின் நயம் போற்றதலுக்குரியது.

'தைவந்தால் தமிழருக்கு கொண்டாட டந்தான்' என்ற பாடலில் காதலின் உயர்வையும், சிறப்பையும் கனிவாக விளக்குகின்றார்.

நூலாசிரியரின் மரபுக்கவிதை வரிகளும், கம்பரைப் பற்றி, கம்பனின் வழி தோய முயச்சிக்கும் பாங்கும் பாராட்டுதலுக்குரியது. இவரின் முயற்சி வெற்றி பெற வாழ்த்துக்கள்!

நன்றி வணக்கம்.

அன்புடன்

ஆ· ஆறுமுகம்

என்னுரை

உவப்பத் தலைகூடி உள்ளப் பிரிதல் அனைத்தே புலவர் தொழில் – என்பான் வள்ளுவப் பேராசான். உள்ளத்தில் அழகை உள்ளும் போது வியக்க வைத்து அதன் உவப்பால் வியர்க்கவும் மிகுதியால் சிலிர்க்கவும் வைப்பதே காதல் உணர்வு. அது என்னுள்ளத்தே ஊட சாதாக் கவியான நான் வியந்தேன் வியர்த்தேன் என்றால் பாடு பெறாது  என்பதால் கவிக்கடவுள் கம்பனின் கால்தொழுது கூட்டிவந்து வியக்கவும் வியர்க்கவும் வைத்தேன். அதன்னியில் ஒரு சராசரி கிராமத்தில் பிறந்து சராசரி விவசாயியாக வளர்ந்து வாழ்ந்த வரும் ஒருவன் பத்தாம் வகுப்பு வரை மட்டுமே படித்த ஒருவன். என்றோ படித்த தமிழை தாயாக மதித்து துதித்து உள்ளத்தே இருத்தி கவிதை யாப்பின் அது மரபுக் கவிதை யாத்தபின் தான் தன்னை கவிஞனாக அறிவிக்க வேண்டும் என்னும் உறுதிப் பாட்டோடு எனது குல தெய்வம் கண்ணக்குருக்கை திரௌபதி அம்மனும், திருவேங்கட ஈசனும், அருணாச்சல ஈசனும் அளித்த அருட்பிச்சையால் பேரறிஞர் அ. கி. பரந்தாமனாரின் "கவிஞராக" என்ற இலக்கண நூலையும் மற்றும் சில இலக்கண நூல்களையும் தேர்ந்து வெண்பா உட்பட பலவகைப் பாக்களையும் யாக்கும் பேறு பெற்றேன்.

கம்பனை வள்ளுவனை பாரதியை ஒளவையை காளமேகத்தை வாசித்தேன், நேசித்தேன் என்பதன்னியில் பூசித்தேன் என்பதே சாலும் அவர்கள் "பா" வழித் தந்த ஆசியும் எம்பிரான் இறையருள் தந்த அருளுமின்றி எங்ஙன் என்றோ பள்ளியிறுதியாண்டு மட்டுமே தேறிய ஒருவனால் இத்தனை வீச்சுக்களோடு யாக்க ஏலும். காதல் பாடல்கள் மட்டுமல்லாது மரபுவழியில் பல்லாயிரப் பாடல்கள் யாத்தேனாயினும் அவற்றை அச்சேற்றும் உத்தியோ உத்தேசமோஇன்றி செல்லரித்துப் போயின.

கவிஞர். இர. அரங்கநாதன்

நானும் கவிதை யாப்பேன் எனும்போது அதுவும் மரபுவழியில் எனும்போது என்னை வண்டலூரில் இருந்து தப்பி வந்த வகையறாவைப் போல் என்னைச் சேர்ந்தவர்கள் பார்த்தபோது "நான் பட்ட பாடு யார் படுவார் தாளம் படுமோ தறிபடுமோ" என்ற மகாகவி பாரதியின் வரிகளே என் நினைவில் நிழலாடும். இப்படி நான் சாய்ந்த போதெல்லாம் ஊன்று கோலாக உணர்வு ரீதியாக தாங்கியவன் எனது உறவினனும் ஒன்றுவிட்ட தம்பியுமான சங்கர் கணேஷ். என் வரிகளை வாசித்து நேசித்து உனது வரிகளும் அதன் மூலமாய் நீயும் சாகா வரம்பெறுவீர்கள் என்று தாங்கிய தகையாளன் அவன். அவனும் என் நன்றிக்குரியவன்.

கவி யாத்தல் பற்றி கனவிலும் அறியாதாளாயினும் என்னை ஊன்றுகோலாய்த் தாங்கி உற்சாகப்படுத்தும் ஆவி நிகர்த்த மனையாள் அர. சாமுண்டீஸ்வரியும் உங்கள் படைப்புகள் வரி வடிவில் வந்தே ஆகவேண்டுமென அடம்பிடித்த என்றன் ஊனோடும் உயிரோடும் கலந்த நான் பெற்றெடுத்த எனது தாய்கள் மருத்துவர் அர. பிரியதர்ஷினி, கணினி மென் பொறியாளர் அர. பிரேமலதா செயற்கை நுண்ணறிவு கணினி அறிவியல் பொறியாளர் அர. பாரதி இவர்களும் நன்றிக்குரியவர்களே.

கவிதை பிறந்த கதை

இந்த வரிகள் என் இதயத்தின் உணர்வுகள் ஏற்படுத்திய இன்ப வலிகளின் வடுக்கள். அந்த வடுக்களினுள் நீறுபூத்த நெருப்பாய் கிடந்ததை தன் பேரழகு விசிறியால் வீசி ஊழித் தியாக்கி உலவவிட்டவள் ஒரு பேரழகு தேவதை. அவளை மட்டும் நான் கண்ணுறாதிருந்திருந்தால் இத்தனை வீச்சுக்களோடு. என் கனவுக்கன்னி கவிதைச் சலங்கையிட்டு விண்ணுலகம் வரை விரவி நடனமாடியிருக்க மாட்டாள். அவளை சில முறை மட்டுமே நான் கண்டேனாயினும், அழியா ஓவியமாய் அலங்கார நர்த்தகியாய் என் இதய மாளிகையில் எக்கணமும் நடமிட்டுக் கொண்டே யிருக்கிறாள். அந்நடனம் என் எப்பிறப்பிலும் தொடரும் தொடர வைப்பேன். அவளை நான் உயிர்ப்போடு இதயத்தில் இருந்து கரங்களில் இறக்கி எழுதுகோலின் வழியே உலவ விட்ட உன்னதம் தான் இந்த புத்தகத்தின் கவிதை வரிகள்.

அவள் உயிரியல் ரீதியாக யாருக்கும் சொந்தமாயிருக்கலாம். ஆனால் கனவு நாயகியாக என் கற்பனைக்கே சொந்தம். அவளுக்கு நான் நன்றிகள் நவில மாட்டேன். ஏனெனில் என் கனவுகளோடு கலந்து எனக்குள்ளான இனியவளுக்கு நான் எப்படி நன்றி சொல்ல...

இருப்பினும் இல்லாத நன்றிகளை சொல்லாமல் சொல்கிறேன்.

நன்றியுரை

தமிழை ஆய்ந்து தமிழில் ஆழ்ந்த சான்றோர் பெருமக்கள் கல்லாத தற்குறியென்னை தகைப்படுத்த முற்றாகப் படித்து ஆய்ந்து பெருமைப்படுத்தி அணிந்தரை வழங்கியிருப்பது யான்பெற்ற பேறு – பெருமதிப்பிற்குரிய தொழிலதிபர் கவிஞர் மாம்பலம் – ஆ. சந்திரசேகர் அவர்கள் – என்னை நேரில் வாழ்த்தியதோடன்றி அற்புதமான அணிந்துரை வழங்கியுள்ளார். அவருக்கு எனது நன்றிகள்.

பெருமதிப்புக்குரிய தமிழக நல்லாசிரியர் விருதுபெற்ற முனைவர் மு. பிரசன்னா அவர்கள். என் கற்பனையின் நாயகியை வியந்த

கவிஞர். இர. அரங்கநாதன்

கம்பனைவிட இவர் என் கவிதையை வரிக்கு வரி வியந்ததோடன்றி "கலியுகக் கம்பன்" என்ற விலையற்ற பட்டத்தையும் வழங்கி மேன்மைப்படுத்தியதும் யான்பெற்ற பேறு அவருக்கும் என் நன்றிகள்

பெருமதிப்பிற்குரிய மாவட்ட தமிழ்ச்சங்கத் தலைவர் தமிழ்ச்செம்மல் – பா. இந்திராஜன் பி.எஸ்.சி அவர்கள். சொற்புதிது சுவைபுதிது பொருள்புதிது வளம்புதிது சோதிமிக் நவகவிதை எந்நாளும் அழியாத மகாகவிதை என்று மகாகவி பாரதி தன் கவிக்கு தானளித்த அணிந்துரையை எனக்கும் கொஞ்சம் இரவலாகத் தந்த என்னை மேன்மைப் படுத்திய மேன்மையாளருக்கும் எனது நன்றிகள்.

பெருமதிப்பிற்குரிய தமிழக தமிழாசிரியர் கழக சிறப்புத் தலைவர் புலவர் ஆ. ஆறுமுகம் அவர்கள்.

கம்பன் வீட்டுக் கட்டுத்தறியும் கவிபாடும் என்றுகூறி என் உள்ளத்தை கம்பனை கட்டிப் போட்ட கட்டுத்தறியாக்கி நான் பூசிப்பதை வாசிப்பதை நேசிப்பதை என் கவிதைகளில் கம்பனின் பாதிப்பு உள்ளதை உள்ளத்தால் ஓர்ந்து பாராட்டி என்னை கம்பனின் சீடன் என்று கூறி நான் வாழ்நாளெல்லாம் மகிழத்தக்க பட்டமளித்து அணிந்துரையால் ஆசி தந்த அன்னாருக்கும் எனது நன்றிகள்.

நிறைவான அன்பு அமைதி அடக்கத்தின் உருவாய் கருவாய் என்கடன் (இலக்கிய) பணி செய்து கிடப்பதே என்றவாறு தனது அகவை எழுபதைத்தாண்டிய பின்னும் இருபது வயது இளைஞனை ஒப்ப இலக்கியப் பணி சமூகப்பணி என அனைத்து தளங்களிலும் சுற்றிச் சுழன்று பணியாற்றும் எந்த சூழலிலும் இன்முகமாய் வரவேற்று ஆவன செய்யும். குறைந்த செலவில் நிறைவாக ஆயிரக்கணக்கில் புத்தகங்களைப் பதிப்பித்து எனது புத்தகங்களையும் பதிப்பித்துத் தரும் பெருமதிப்பிற்குரிய நந்தினி பதிப்பக உரிமையாளர் ஐயா ந. சண்முகம் (பதிப்பாளர்) அவர்களுக்கும் எனது நன்றிகள்

என்றும் நன்றியுடன்

அன்பன்

கவிஞர் இர. அரங்கநாதன்

ஆசிரியரைப் பற்றி

நூலாசிரியர்   : கவிஞர்–இர. அரங்கநாதன்

இயற்பெயர்   : ரங்கநாதன்

பிறந்த நாள்   : 01–07–1966

தந்தை   : இரகுபதி

தாய்   : கம்சலா அம்மாள்

மனைவி   : அர. சாமுண்டீஸ்வரி

மகள்கள்   : மருத்துவர் அர. பிரியதர்ஷினி

                  கணினி மென்பொறியாளர் அர. பிரேமலதா

                  கணினி அறிவியல் பொறியாளர் அர. பாரதி

ஆரம்பக்கல்வி   : ஊராட்சி ஒன்றிய தொடக்கப்பள்ளி

                  கண்ணக்குருக்கை (கிராமம்)

உயர்நிலைக்கல்வி : 1980 –81 அரசு உயர்நிலைப் பள்ளி

                  கண்ணக்குருக்கை (கிராமம்)

                  பாய்ச்சல் (அஞ்சல்), செங்கம் (வட்டம்)

                  திருவண்ணாமலை (மாவட்டம்)

                  கைபேசி எண்: 9952699041

கவி சமர்ப்பணம்

கவிச்சக்கரவர்த்தி கம்பனுக்கு

பொருளடக்கம்

கவிஞர். இர. அரங்கநாதன்

ஊடாடிப் பார்க்க ஆசை

ஊடாடிப் பார்க்கத்தான் ஆசை ஆனால்
   ஊடலது முற்றிவிட்டால் உன்னை நானும்
கூடாமல் போவேனோ என்று; எண்ணக்
   கூடாத எண்ணமெல்லாம் கூடு தம்மா
ஏடென்றால் எழுத்தாணி இருக்க வேணும்
   எழுத்தாணி இல்லாத ஏடெ தற்கு
ஏடின்றி எழுத்தாணி இருந்தா லுந்தான்
   ஏலாது காதலினை எழுதி டத்தான்.   1

வாடுகின்ற பயிர்கண்டு வாட்ட முற்ற
   வள்ளலாரின் வழிகொஞ்சம் காத லுக்கு
கூடிடாது; கூடிடாது வாட விட்டு
   கூடினால்தான்; கூடல்பயிர் கூடக் கூட
கூடவரும்; கூடல்பயிர் கூட வந்தால்;
   கூடமுடி யாக்காதல் கூடக் கூடும்
கூடிடவா கூடிகொஞ்சம் ஊட விட்டால்
   கொண்டாடி வருமேடி காதல் கண்ணே.   2

பேடென்றால் ஆணொன்று வேண்டு மன்றே
   பேடில்லா ஆணென்றும் பேத லிக்கும்
கூடுண்டு குயிலுக்கு, கூடு தற்கு
   குயிலொன்றங் கேயில்லை என்ப தெல்லாம்
கேடன்றோ காதலுக்கு; கேட கற்ற
   கேடென்ன வந்ததடி கண்ணே: வெட்கக்
கேடின்று நீங்குதற்கு மேனும் கொஞ்சம்
   கேளென்று வருவாயா கேட்டு விட்டேன்.   3

கவிஞர். இர. அரங்கநாதன்

போவென்றால் போவாயோ

போவென்று நான்சொன்னால் ஊட லாலே
    போவாயோ!? போடி போ; காதல் போதில்
போவென்றால் வாவென்றே நெஞ்சுக் குள்ளே
    பொருள்கொள்ள வேண்டுமடி அறியா மல்நீ
கோவில்விட் டொருதெய்வம் கோபங் கொண்டு
    கூறாது செல்வதுபோல் செல்கின் றாயே
ஆவல்கெட் டாசைகெட் டலையு மென்னை
    அணைத்துடவே ஆசையோ டழைக்கின் றேன்வா.   4

வண்டறியாப் பூவெதுவும் வனத்தில் இல்லை
    வண்டறியாப் பூவானால் பூவே இல்லை
கொண்டறிய உன்மைகை துடிக்கும் என்னை
    கொண்டாட வாகண்ணே; வந்து உன்றன்
பெண்டறியும் போதன்றோ அன்பே என்றன்
    பீடறிவாய்; நாடறிய மாலை யிட்டு
புண்டரீகக் கண்ணுக்குள் என்னை வைக்கும்
    போதன்றோ; அறிவாய்நீ முழுதா கத்தான்.   5

கொஞ்சுமொழிப் பேச்சழகில் குறைச்சல் இல்லை
    குமிழ்சிரிப்பே குற்றால குளிர்ச்சிக் கெல்லை
அஞ்சுகிற நடையழகால் அன்னம் இல்லை
    அடிப்பாவி உன்னழகோ வாழ்நாள் தொல்லை
பஞ்சுபொதி மேனியிலே பாதி முல்லை
    பார்த்ததினால் கனவுண்டு தூக்கம் இல்லை
நெஞ்சுருகி கொல்லுதடி நிற்க வில்லை
    நெருப்பெரியும் பெருமூச்சோ நீங்க வில்லை.   6

✻ ✻ ✻

வியந்தான் வியர்த்தான் கம்பன்

வெட்டொன்று துண்டிரண்டு

வெட்டொன்று துண்டிரண்டு என்ற வாறு
   வெட்டுண்டு கிடக்கின்றேன்; உன்றன் பார்வை
பட்டென்று போட்டதினால் பாகம் ரெண்டாய்
   பட்டுண்டு தவிக்கின்றேன் கையால் தூக்கி
நச்சென்று முத்தமிடு; நானும் மீண்டு
   நடனமிடு வேனம்மா காத லாலே
முத்தொன்று முத்தமிட்டால் மயங்கி உன்முன்
   பொத்தென்று விழுவேனே மோகத் தாலே.   7

எலுமிச்சை தேய்த்தாலே பித்தம் போகும்
   என்பதொரு வழக்குண்டு; அன்பே உன்றன்
எலுமிச்சை நிறங்கண்டு பேத லித்து
   எழுந்துலவ இயலாது கிடப்பேன்; எந்த
எலுமிச்சை கொண்டென்றன் இனிமை மீட்டு
   இயல்பாக்கு வாயோநீ; இம்பர் லோகத்
தெலுமிச்சை நிறத்தழகி, மருகிச் சாயும்
   எனதிச்சை தீர்த்திடவே எழுந்து வாராய்.   8

பரபரப்பாய் இயங்குமொரு கன்னித் தீவு
   பார்ப்பவனுக் களிப்பதுநீ இன்ப நோவு
விரிசல்விடா கண்ணாடிக் கன்னம்; வாய்தான்
   விடந்தோய்ந்த வானமுத அழகுக் கிண்ணம்
கரிமேகத் துள்ளிருக்கும் மின்னல் உச்சி
   கார்குழலோ கருநாகப் பின்னல்; அய்யோ
ஒருவாரம் தேன்தோய்ந்த இதழ்கள்; யாரும்
   ஒருபோதும் எழுவாரோ விழுந்த பேர்கள்.   9

✳ ✳ ✳

திருக்குறளின் அர்த்தமே

ஒருகணமும் உன்னினைவு விலக வில்லை
    ஒப்புக்கு முயன்றாலோ; உயிரை நீக்கும்
கருணையிலா பேரழகைக் காட்டி என்னை
    கலங்கடிக்கும் கட்டழகுப் பெட்ட கத்தை
ஒருமுறைதான் படிக்கும்போ தொன்றாய்த் தோன்றி
    ஒவ்வொன்றின் முறையுந்தான் புதிதாய் மாறும்
திருக்குறளின் அர்த்தம்போல் தெரிகின் றாயே
    தினம்;கணமும் படித்திடநீ எனக்கு வேண்டும்.   10

சாதாப்பூ அல்லநீயும்; ஊதாச் சேலை
    சரசரக்க கட்டிவந்து ஆளைச் சாய்க்கும்
ஊதாப்பூ, ஒய்யாரப் பூவே உன்றன்
    ஒய்யாரம் தனையொருநாள் உற்றுப் பார்த்து
சேதாரம் செய்கின்ற அருளைத் தந்து
    சிருங்காரம் செய்கண்ணே வாழ்வ தற்கு
ஆதாரம் நீயன்றோ; உனக்கு என்னை
    ஆண்தாரம் ஆக்கிவிட்டால் அண்டி வாழ்வேன்.   11

பொல்லாத பூவுன்னுள் புகுந்து கொண்டு
    பூநாகம் ஆகிடவா சொல் சொல் கண்ணே
கல்லாத காதலினை கற்க வைக்க
    காதலியே நீநானும் வாத்தி யாகி!
சொல்லத்தான் இயலாத சூக்கு மத்தை
    சுட்டுவிரல் நுனிக்குள்ளே கொண்டு வந்து
சொல்லித்தா நீயெனக்கு; நானு னக்கு
    சொல்லித்தந் திருவருமே படித்துக் கொள்வோம்.   12

✳ ✳ ✳

வியந்தான் வியர்த்தான் கம்பன்

நட(ன) மாடுகின்றாயா

நாடமாடு கின்றாயா; நடந்து எங்கும்
   நடமாடி நடனந்தான் ஆடும் வித்தை
உடம்போடு பிறந்ததுவா அன்றி உன்றன்
   உயிரோடு கலந்ததுவா; ஆடைக் குள்ளே
புடம்போட்ட தங்கமுனை மறைத்துக் கொண்டு
   புண்ணாக்கி விட்டாயே; காதல் செய்ய
இடங்காட்ட வேண்டுமடி இதயத் துள்ளே
   இல்லையென்றால் இடுகாட்டி லேனுங் காட்டு.   13

நிற்பதுவும் நடப்பதுவும் நீலக் கண்ணால்
   நெஞ்சூடிப் பார்ப்பதுவும், நீவி காதல்
கற்பதுவும்; கற்றபடி காதல் பாடம்
   கற்பித்துப் போவதுவும்; காதல் கல்லா
தற்குறியைத் தகையாக்கி தன்னுள் ஈர்த்து
   ததிங்கிணத்தோம் போடவைக்கும் பொன்னால் செய்த
பொற்குவையே உனைப்போற்றி பாடு தற்கு
   புல்லென்றன் தமிழ்ப்போத வில்லை யம்மா.   14

திரும்பும்போ தொருபிம்பம்; உன்னைக் காண
   தேடும்போ தொருபிம்பம்; புன்ன கைதான்
அரும்பும்போ தொருபிம்பம்; தேவ தைபோல்
   அசையும்போ தொருபிம்பம்; சங்கீ தத்தின்
கரும்புபோ லொருபிம்பம்; பேசும் போது;
   காணும்போ தொருபிம்பம்; ஆசை கொண்டு
விரும்பும்போ தொருபிம்பம்; ஆளைக், கொல்லும்
   வெட்கத்தி லொருபிம்பம் விளைவிக் கின்றாய்.   15

கவிஞர். இர. அரங்கநாதன்

நிலவின் கூட்டமே

முழுமதிநாள் முகந்திருப்பி கிழக்கில் பார்த்தேன்
    முக்கோடி கவிராயர் பாடிப்; பின்னும்
எழுமதியின் எழிலுக்கு இணையா கத்தான்
    எப்புலவன் பாடினானென் றெண்ணி நானும்
தொழுததன்பின் மேற்றிசையில் திரும்பிப் பார்த்தேன்
    தொல்லுலகே; கடவுள்காள்; கவிதை நெய்யும்
எழுத்துலக பிரம்மாக்காள்; என்னும் பேரீர்
    எறும்புமுத லாயுலவும் உலகத் தீர்காள்.   16

எழிலென்னும் தன்மைக்கு பொருண்மை காட்டும்
    இயற்கைமுத லாயுள்ள இறையின் வைப்பீர்
பழியேதும் சொல்லவில்லை; பார்த்தும் பாரா
    பல்லிடத்தும் உள்ளவர்காள்; அழிந்து மீளும்
அழியாத பிரபஞ்ச ஆன்மத் தீரே
    ஆரேனும் கண்டதுண்டா இவளைப் போல
அழிவில்லா எழில்படைத்த கோடி கோடி
    அழிந்துமீளா முழுமதியை கொண்ட பேரை.   17

சாளரத்தில் முழுமதியாம் முகத்தைக் கண்டேன்
    சற்றூடிப் பார்த்தாலே; செவியில் சேரும்
கோளரங்க வெண்ணுதலில்; வகிடாம் உச்சி
    குளிர்முகிலும் மறைக்கின்ற முழுவென் திங்கள்
பாளமெனும் தங்கத்தில் கன்னம் செய்து
    பதித்தாரோ வெண்ணிலவை ஒட்டி வெட்டி
நாளடைவில் தண்ணிலவும் சிறுத்து நீண்டு
    நான் விரும்பு மிடமெல்லாம் பெருத்த தாமோ.   18

வெண்கழுத்தில் நிறங்கூடி சிறுத்து; அந்த
    வெள்ளைநிலா நெஞ்சகத்தில் பெருத்து; மச்சம்
கொண்டுகுதித் தாடிமனம் பறித்து; நாபி
    கொண்டயிடை தனில்சரிந்து நிறத்தில் ஏறி
பண்டிதரை; பாவாணர், முனிவர், சித்தம்
    பண்பினரை மன்னவரை; கோடி பேரை
மண்டியிட, இடையருகில் மறைத்து வைத்து
    மந்தையென மாந்தரையும் ஆக்கு தம்மா.   19

பின்னதிர்வுப் பெட்டகத்தில் முதுகில்; பின்னம்
    பிடரியிலும் பின்கழுத்தில் கெண்டைக் காலில்
சுண்டுவிர லாமுதலாம் நகத்தில் மற்றும்
    தோன்றுமிட மெல்லாமும் நிலவின் கூட்டம்
விண்டிரியும் வெண்ணிலவோ ஒன்றே ஒன்று
    வீதியுலா போனாலும் வீட்டி னுள்ளே
கொண்டுலவி நின்றாலும் உன்ற னுக்குள்
    கோடிநிலா உள்வெளியில் உலவு தம்மா.   20

✳ ✳ ✳

23

எதிலும் சிறந்தவளே

ஒருத்திக்கு பல்சிறக்கும் இதழ்க்கு றைக்கும்
    ஒருத்திக்கு இடைசிறக்கும் நிறங்கு றைக்கும்
ஒருத்திக்கு நடைசிறக்கும் நாண்கு றைக்கும்
    ஒருத்திக்கு விழிசிறக்கும் குழல்க்கு றைக்கும்
ஒருத்திக்கு முன்சிறக்கும் பின்கு றைக்கும்
    ஒருத்திக்கு உடல்பெருக்கம் எழில்க்கு றைக்கும்
ஒருத்திக்கே எழில்சிறந்து நிறைந்தி ருக்கும்
    ஒருத்திக்குள் என்மூச்சு ஒளிந்தி ருக்கும்.   21

ஒருத்திக்கு சிரிப்பழுகு குறைந்தி ருக்கும்
    ஒருத்திக்கு சிரித்தாலே குலைந டுக்கம்
ஒருத்திக்கும் உன்னெழிலில் தொடர்பு இல்லை
    ஒருத்திக்கும் உன்னைப்போல் வாய்க்க வில்லை
ஒருத்திக்கும் இதுபோல மயங்க வில்லை
    ஒருத்திக்கும் மயக்கிடுமோர் வன்மை இல்லை
ஒருத்'திக்கும்' புரியாது புலம்பி; உன் போல்
    ஒருத்தியைநான் தழுவாது வாழ்வே இல்லை.   22

சரசத்தில் நீயுந்தன் வடிவங் காட்ட
    சல்லாபத் தில்நானும் திறமை காட்ட
உரசல்கள் ஒவ்வொன்றும் தந்தி மீட்ட
    உயிருக்குள் உயிர்கலந்து உணர்வி மூக்க
பரிசல்நீ துடுப்பு நான், காம ஆற்றை
    பன்னூறு காலங்கள் கடந்திட் டாலும்
கரையேற முடியாது; கூடா தென்று
    கடவுளிடம் முறையிட்டு முத்த மிட்டோம்.   23

✷ ✷ ✷

வியந்தான் வியர்த்தான் கம்பன்

பனைமரத்தின் மீதேறி பாலைத் தேடி

பனைமரத்தின் மீதேறி பாலைத் தேடி
    பசுமாட்டின் காம்பினிலே கள்ளைத் தேடி
தனியொருவன் தலைமீது பூமிப் பந்து
    தாங்குதல்போல் தவிப்பதுவும்; தவிப்பில்கூட
அணியணியாய் இன்பமதும், துன்பம் யாவும்
    அழிநுனியாய் கலந்தென்னை அலைக்க கழிக்க
கனிமரமாய் காய்பூவாய் கலந்தி ருக்கும்
    கவிமுகிலே கருணையும்நீ காட்டி டாயோ.   24

சுடிதாருக் குள்ளிருக்கும் சொர்க்கம் ஒன்று
    சூக்குமமாய் உயிர்வாங்கக் கற்றுக் கொண்டு
பழிவாங்கும் விழிமுகத்தில் வைத்துக் கொண்டு
    பலிவாங்கும் பார்வையினை பார்த்துக் கொண்டு
செழிப்பான நெஞ்சுக்குள் கறுவிக் கொண்டு
    சின்னயிதழ் சிரிப்புவலை வீசிக் கொண்டு
அழகான இடையதனை ஆட்டிக் கொண்டு
    அடிமையாக்க வரும்நீயோர் காதல் குண்டு.   25

கண்ணுக்கும் மொழியுண்டு என்பார்; தண்டக்
    கவிஞன்நான் கண்டேனா; கண்ணே உன்னை
கண்டபின் தானந்த மொழியைக் கண்டேன்
    காதாரக் கேட்கவில்லை முடிய வில்லை
கண்ணேயுன் கண்ணில்நான் புரிந்து கொண்டேன்
    கண்வந்து காதாரக் கவிதை சொல்லும்
உண்மையின் றுன்னால்நான் கண்டு கொண்டேன்
    ஒருஉண்மை நீயின்றி நானும் வாழேன்.   26

அடிபாவி வந்தென்னை கட்டிக் கோயேன்
    அதுமுடியா தெனில்நீயும் செத்துப் போயேன்
விடியாத இரவெனக்கு; என்னால் உன்னை
    விட்டகல முடியாது தவிக்கும் என்னை
கொடுவாளை கொண்டாகில் கொன்று போடேன்
    கொலைபாத கம்மெல்லாம் செய்து பாரேன்
முடியாத என்னாசை முடியா விட்டால்
    மூச்சையுன் கையாலே நிறுத்திப் போயேன்.   27

மூச்சுக்கு முன்னூறு தடவை யேனும்
    முனகிடவே தோன்றுதடி உன்றன் பேரை
ஆச்சாச்சு மறந்திடலாம் அவளை என்பேன்
    அச்சச்சோ பைத்தியம்போல் அரற்றி வீழ்வேன்
சீச்சீச்சீ யென்னயிது ஆண்ம கன்நீ
    சிந்திப்பேன் சிலிர்த்தெழுவேன்; சிந்தை ஒய்ந்து
மூச்சற்று வீழ்ந்திடுவேன்; என்னைக் கண்டு
    முச்சந்தி சிரிக்குதடி முடிய வில்லை.   28

பெருத்திருக்கும் இடமெல்லாம் பெருத்து; ஆண்கள்
    பேதலிக்க வைப்பதற்கு துடித்து; காண
பொருத்தமான இடமெல்லாம் சிறுத்து; அய்யோ
    பொல்லாத இடமெல்லாம் மறைத்து; நூறு
அருத்தமுள்ள புன்னகையை விரித்து; அங்கு
    ஆயிரமாய் காதலினை விதைத்து; என்றன்
சிரமுழுதும் தாபங்களைத் தொகுத்து; சின்ன
    சித்ரவதைக் கூடமெல்லாம் அமைத்து விட்டாய்.   29

❄ ❄ ❄

அப்பாவி

பொய்ப்புரட்டு தெரியாத அப்பா விக்கு
   பொய்யான இடைகாட்டி; பூமிப் பந்தில்
ஐயோ!எங் கில்லாத நெஞ்சைக் காட்டி
   அதனிறமாய் தங்கத்தை அரைத்துப் பூசி
மொய்யில்லா உறவினனை முறைக்கும் மன்றல்;
   முறையற்ற திருமணத்து விட்டான் போல
எய்கின்ற அம்புதனை கொண்ட ரெண்டு
   இளமார்பால் என்மனது மிரளு தம்மா.   30

விதைக்காத விதையெதுவும் விளைவ தில்லை
   விதைகாசுக் கழுதாலோ விளங்கு தில்லை
விதைத்தேனே உனைத்தானே நெஞ்சுக் குள்ளே
   விதை;தேனே எனைக்கொஞ்சம் உன்ற னுள்ளே
பதைத்தேனே; உன்வளமை எனைப்பி எந்து
   பகுத்திரண்டாய் ஆக்கியதே; ஆனால் கண்ணே
அதைத்தானே மனம்விரும்பும்; அந்தோ என்னுள்
   அதைத்தாண்டி வேறெதுவும் நிகழ்வ தில்லை.   31

❋ ❋ ❋

உதைப்பேன் பிரம்மனை

வதைதானே உன்னாலே; உன்னைக் காட்டி
   வதைத்தானே பிரம்மனவன்; ஆனால் உன்றன்
சிதையாத; சிதைக்கின்ற எழிலைத் தந்த
   சீரேண்ணி பதம்பணிந்து; உன்னில் சேர்க்கா
வதைக்காக வா!பிரம்மா என்ற ழைத்து
   வாஞ்சையுடன் பூசித்து கதவைச் சார்த்தி
உதைக்காது போவேனோ, என்னைச் சாய்த்த
   ஒய்யாரப் பூவேநீ உதவு வாயா.   32

புதையாத புதையல்

புதையாத புதையலுக்கு பொட்டு இட்டு
   பூவுலகை வென்றுவர அனுப்பி விட்டு
கதையேதுந் தெரியாத கபோதி யைப்போல்
   கனவேடங் கட்டுகிற பிரம்மன் தன்னை
அடையாளங் காட்டுகிற கோயில் இல்லை
   அதுயென்றான் சாபத்தால் நிகழ்ந்த தொல்லை
கடைந்தாளே என்னெஞ்சை மத்து கொண்டு
   கண்டிப்போர் இதற்குபதில் சொன்னால் நன்று.   33

வியந்தான் வியர்த்தான் கம்பன்

நடையாலே கொல்லுகிறாய்

நடையாலே கொல்லுகிறாய் நடனங் காட்டி

நாணத்தால் கொல்லுகிறாய் சிவந்து காட்டி

இடையாலே கொல்லுகிறாய் மின்னல் காட்டி

இதழாலே கொல்லுகிறாய் சுழித்துக் காட்டி

தொடையாலே கொல்லுகிறாய் வடிவங் காட்டி

சூட்சுமத்தால் கொல்லுகிறாய்; மறைத்து வைத்த

படையாலே கொல்லுகிறாய் படையே இன்றி

பாடையிலே போம்வரைக்கும் அமைதி இல்லை.   34

✴ ✴ ✴

கவிஞர். இர. அரங்கநாதன்

அப்படியோர் அழகுனக்கு

அழகென்றால் அப்படியோர் அழகு னக்கு
   அதன்பின்னால் அலைகின்ற மனமெ னக்கு
பழகிப்பார் பக்தனடி நானு னக்கு
   பராசக்தி போலேதான் நீயெ னக்கு
புழுவுக்கும் காதலுண்டு; அழகெ னக்கு
   போதாது என்றாலும் அடிகொ டுத்து
தழுவவந் தால்போதும் தாள்ப ணிந்து
   தழுவியபின் மறுபடியும் பிறந்தி ருப்பேன்.   35

வீணையென மீட்டிடநீ வாவா என்று
   விரைந்தழைக்கும் நாளெந்த நாளோ; உன்னை
பாணைவயி றாக்கிடநான் பட்ட பாட்டை
   பாராட்டி பன்னூறு ஆயி ரத்தில்
சோணைமழை முத்தங்கள் ஒற்றி; அத்தான்
   தூக்குங்கள் சுற்றுங்கள்; திரைப்ப டத்தில்
காணுகிற கதைநாய கன்தான் போல
   காதலிப்போம் என்றுசொல்லும் நாளென் னாளோ.   36

தலைமுதலா பாதம்வரை முத்த மிட்டு
   தாளாமல் நீயின்ப சத்த மிட்டு
கலையெதுவும் கலையாமல் உன்னை தொட்டு
   காதல்மன்னன் எனஉன்னை சொல்ல வைத்து
அலையிணையாம் கூந்தலிலே கையை விட்டு
   அதனுள்ளே இல்லாத மீன்பி டித்து
சிலையினையாய் உன்றனையான் ஆக்கி விட்டு
   சீயென்னும் உன்வெட்கம் காண வைப்பேன்.   37

✴ ✴ ✴

வியந்தான் வியர்த்தான் கம்பன்

வாயில்லா பிள்ளை

நோய்செய்ய படைத்தானோ பிரம்மன் உன்னை
    நொடிப்பொழுதும் அடிதடிதான் உன்னால் என்னுள்
வாய்ப்பின்றி வாய்ப்பந்தல் போடு கின்றேன்
    வாகண்ணே சேர்ந்திடத்தான்; உன்றன் வாயால்
வாய்ப்பில்லை என்றேநீ சொல்லி விட்டால்
    வாழ்ந்தென்ன ஆவதினி; நானும் வாழ
வாய்ப்பில்லை; வாயில்லா பிள்ளை நானும்
    வாழ்வதற்கு வாய்ப்புதர வாவா கண்ணே.			38

தண்ணீரின் குடமெடுத்து தவித்துப் போவாய்
    தாளாது நான்கண்டு திகைத்துப் போவேன்
பன்னீரின் குடமுருட்டி நெஞ்சில் வைத்து
    பார்ப்பவரை பார்வையினால் பறித்துப் போவாய்
கண்ணீருக் கணைபோட மறந்து போவேன்
    கைதொட்டு முத்தமிட ஏங்கிச் சாவேன்
பெண்மைக்குள் பேரண்டம் அடங்கு மென்னும்
    பேருண்மை உன்னாலே கண்டு கொண்டேன்.			39

முத்தமிடு வாயாயென் முகத்தைப் பற்றி
    மோகமெலாம் நீயிருக்கும் இடத்தைச் சுற்றி
சத்தமிடா தொத்துழைக்கும் வெல்லக் கட்டி
    சாகசத்தா லெனையிழுக்கும் சுட்டி; நாளும்
கற்றதெலாம் காட்டியெனை கவர்ந்து; காந்தக்
    காதலெனும் தீயிடுவாய் நெருப்பைக் கொட்டி
உற்றதெலாம் உன்னிடத்தில் ஒப்பு வித்து
    உன்னுயிரோ டுயிர்கலந்தால் வாழ்வே வெற்றி.			40

❋ ❋ ❋

கவிஞர். இர. அரங்கநாதன்

படைப்புலகின் அதிசயமே

ஈருடலும் ஒருயிரா யிருப்போ மென்றேன்
ஏனென்மேல் இத்தனைக்குக் காதல் என்றாள்
பாருனது பாதமுதல் அணுக்க ளெல்லாம்
படைப்புலகின் அதிசயமாய்த் திகழும் போதில்
யாருனது எழில்கண்டு வியக்க வொட்டார்
என்னெனது நிலையென்று எண்ண மாட்டாய்
தேருனது நடையென்று திகைத்து இன்பத்
தீயெரிய என்பிறவி அடிமை என்றேன்.   41

கள்ளவிழிப் பார்வையது கனலை மூட்ட
கற்கண்டு தேன்குரலோ நெய்யை ஊற்ற
உள்ளவுயிர் அத்தனைக்கும் உணர்வைக் கூட்டும்
உன்வதனம் அணையாது விசிறி வீச
மெல்லியத்தில் கல்லியத்தை கலந்த நெஞ்ச
மேடதுவும் இமயம் போல் எனைய முத்த
துல்லியமாய்த் தோற்கடிக்கும் காமன் அம்பு
தோன்றுமிடம் எல்லாமும் காதல் வம்பு.   42

✻ ✻ ✻

வியந்தான் வியர்த்தோன் கம்பன்

கல்வியெனுங் கல்வி

கல்வியெலாம் என்வாழ்வில் உன்னைச் சேரும்
   கலவியது மட்டுந்தான்; பொன்னே உன்றன்
சொல்லியலும்; சூக்குமத்தால் ஆளைச் சாய்க்கும்
   சொக்கவைக்கும் தனியெழிலும் படித்த பின்னே
பல்லியலை போதிக்கும் கல்விக் கூடம்
   பாழுடைந்த மண்டபம்போல் தோன்று தம்மா
வில்லியலில் வீசுகின்ற அம்பே உன்றன்
   விழிப்பார்வை; கல்வியெலாங் கற்குங் கூடம்.   43

❅ ❅ ❅

கவிஞர். இர. அரங்கநாதன்

பூ போற்றும் பூவே எண்சீர் விருத்தம்

பறிக்கின்ற ''பூ''வுலகில் உண்டு; கண்டு
    பார்த்திருக்கும் பூவுலகில் உண்டு; நித்தம்
துதிக்கின்ற ''பூ''வுலகில் உண்டு; காதல்
    தூர்க்கின்ற ''பூ''வுலகில் உண்டு, நெஞ்சில்
பதிக்கின்ற ''பூ''வுலகில் உண்டு; கண்ணைப்
    பறிக்கின்ற ''பூ''வுலகில் உண்டு; தெய்வம்
சபிக்கின்ற ''பூ''வுலகில் உண்டு; பாரின்
    சல்லாபத் திற்கொரு பூ நீதான் அம்மா.   44

சந்திப்பு நிகழ்கின்ற கால மெல்லாம்
    சாதிப்''பூ'' எனைக்கவர்ந்து சாதிக் கின்றாய்
பந்திப்பு அல்லநீயும் பார்ப்ப தற்கு;
    பாதிப்பு என்னெஞ்சில் ஏற்ப டுத்த
வந்தப்பூ உனையேற்று வாழ்நா ளெல்லாம்
    வாழும்பூ நீதானே; கட்டில் மேலே
அந்திப்பு போல்நீயும் அமர்ந்தி ருக்க
    ஆராதிப் ''பூ''வுனக்கு காட்டி வாழ்வேன்.   45

நிந்திப்பு இல்லாத நித்தி லப்பூ
    நீதானென் வாடாத நிரந்த ரப்பூ
வந்திப்பு செய்துன்னை வரவேற் கின்றேன்
    வாழைப்பூ வாழும்பூ மேனி உன்றன்
முந்திப்பு வில்லென்னை ஏற்றுக் கொண்டு
    முத்தப்பூ தரவேண்டும் மோகப் பூவே
தொந்திப்பூ வில்லென்றன் மகவை ஏற்று
    தொடர்ந்துவரும் சந்ததிப்பூ கொடுக்க வேண்டும்.   46

✻ ✻ ✻

அறிய வேண்டுமடி

அறியாத பெண்ணென்று சொன்னார் உன்னை
  அறியாதி ருப்பதற்கா பெற்றார்; உண்ண
அறியாதி ருந்தாலும்; பெற்றோர் தம்மை
  அறியாதி ருந்தாலும்; உற்றார்; மற்றார்
அறியாதி ருந்தாலும்; உலகம்; உண்மை
  அறியாதி ருந்தாலும்; மற்றும் முற்றும்
அறியாதி ருந்தாலும்; காதல், மட்டும்
  அறிந்துவிட வேண்டுமடி அறிவா யானீ.   47

அறிவிக்க நானாச்சு, அறிய காதல்
  அறிவோடு வாகண்ணே : அறிய வைத்து
அறிவேனே அதற்குத்தான் காத்தேன்; நல்ல
  அறிவுள்ளோர் யார்மறுப்பார்; அறிவால் யாரும்
அறியாமல் செய்கின்ற அழகைக் கொண்டு
  அறிவைநீ அழிக்கின்றாய்; அறிவை மீட்டு
அறியத்தான் அலைகின்றேன்; முழுதாய் உன்னை
  அறிவிக்கா தொருநாளைக் கறிய வாயேன்.   48

விரலிடுக்கில் வீழ்கின்ற அழகை; வெண்டை
  வெண்பிஞ்சு விரலழகை; வீணை மீட்டும்
குரலழகை; கொட்டுகிற குளிர்நீர் வீழ்ச்சி
  குழைகின்ற சிரிப்பழகை; குவளைப் பூவின்
அழகுடைத்த விழியழகை, ஆரா திக்க
  ஆர்ப்பாட்ட மில்லாது மிதவைக் கப்பல்
தொழத்தகவே வருவதுபோல் வருகின் றாயே
  துணையிருந்து உனையறிய வந்தே விட்டேன்.   49

✻ ✻ ✻

கவிஞர். இர. அரங்கநாதன்

முட்டாள் ஆம்ஸ்ட்ராங்

இளவரசி யாய்ப்பண்டு பிறந்தி ருந்தால்
    ஏராள ராஜ்ஜியங்கள் அழிந்தி ருக்கும்
உலகரசு அமெரிக்க ஆலி வுட்டும்
    ஒருமுறைதான் உன்னெழிலை கண்டி ருந்தால்
கலகமது பிறந்திருக்கும் மர்லின் மன்றோ;
    காணாது போயிருப்பாள்; உன்ப டத்தை
நிலவுலகில் நட்டிருப்பான் நீலாம்ஸ்ட் ராங்கும்
    நின்னடிமை ஆகியபின் நிலவை நாடான்.   50

நான்மட்டும் ஆம்ஸ்ட்ராங்காய் பிறந்திருந்தால்
    நாலாயி ரங்கோடி நிலாந கத்தில்
தேன்சொட்டும் தேவதையுன் விரலில் உண்டு
    தேடியங்கே ஏன்செல்ல வேண்டு மென்று
ஊன்விட்டு ஊண்விட்டு உயிரும் விட்டு
    உனைச்சுற்றி வந்துன்றன் பாதந் தொட்டு
மான்சுட்டும் விழியாளுன் மடியில் தோய்ந்த
    மண்ணிலவாம் பெண்ணிலவை ஆய்வு செய்வேன்.   51

✻ ✻ ✻

வியந்தான் வியர்த்தான் கம்பன்

பேரின்பப் பெட்டகமே

சிற்றின்பம் என்பார்கள் அன்பே; உன்னை
    சேருந்நாள் பேரின்பம் அறியார்; பூவின்
மற்றின்ப மாவுன்றன் இன்பம்; யாதும்
    மாற்றுகின்ற இன்பமடி நீதான், உன்றன்
சொற்றின்றம்; இதழின்பம்; இன்னும்; இன்னும்
    சொல்லாத இன்பங்கள்; உன்னால் நானும்
கற்றின்பம் கணக்குண்டா; உன்னில் எண்ணி
    கல்லாத இன்பத்திற் கெல்லை உண்டா.   52

உனைக்கண்ட பின்கவிதை எழுதா விட்டால்
    உணர்ச்சியினை மைவடிவில் கொட்டா விட்டால்
எனக்குள்ளே இடம்மாறி இதயம் போகும்
    எண்ணங்கள் சுழன்றடித்து ரணங்க ளாகும்
கணந்தோறும் உதிரத்தின் கொதிப்பு ஏறும்
    காட்டாற்று வெள்ளம்போல் பித்தங் கூடும்
நிணந்தீயில் இட்டதுபோல் நெஞ்சு வேகும்
    நினைக்கவியால் வடித்ததன்பின் எல்லாம் போகும்.   53

சிரித்தாலு மொருகவிதை உன்னை எண்ணி
    சிந்தித்தா லொருகவிதை; காதல் தீயால்
எரித்தாலு மொருகவிதை; எனக்காய் ஏங்கும்
    ஏக்கத்திற் கொருகவிதை; இடையாம் பட்டை
விரித்தாலு மொருகவிதை; உன்னால் நானும்
    வீழ்ந்தாலு மொருகவிதை; உனக்கு என்னை
உரித்தாக்கி னாலுமொரு கவிதை உண்டு
    உயிர்நீக்கி னாலுமொரு கவிதை உண்டு.   54

✱ ✱ ✱

கவிஞர். இர. அரங்கநாதன்

பூ

ஒருமலர்நீ என்றெண்ணி தான்ப டைத்தான்
  ஒவ்வொன்றும் ஓர்மலரா யாகி விந்தை
புரிந்திடுமுன் அவயங்கள் பார்த்துப் பார்த்து
  புரியாது தவிக்கின்றான் புலம்பு கின்றான்
தெரிந்திராதோர் புதுப்பிரம்மா என்று உன்னை
  தெரிந்ததினால் திக்பிரமை பிடித்து வீழ்ந்தான்
சரிநிகர்மேல் போட்டியெனக் குற்ற தென்று
  சரிந்துவிட்ட செல்வாக்கால் வீழ்ந்தே போனான்.   55

ரோசாப்பூ என்றுந்தன் கன்னங் கண்டேன்
  ருசிக்கின்ற செவ்விதலோ செம்ப ருத்தி
ராசாத்தி உன்பற்கள் முல்லைச் சாரம்
  ரகசியமாய் இடையருகில் தாம ரைப்பூ
ரோசாவும் தாமரையும் குழைத்தெ டுத்து
  ருத்திரர்க்கு பொய்சொன்ன தாழம் பூவும்
பாசத்தோ டொன்றான தேக மானாய்
  பாவைநீ பலமலரின் உருவெ டுத்தாய்.   56

இதழ்குவித்தால் ஒருமலராய் உருவ மைத்தாய்
  இதழ்விரித்தால் இன்னொருபூ எனவி ரிந்தாய்
பதமலரோ வாடிவிடும் அனிச்சம் பூதான்
  பட்டிடையோ மஞ்சள்நிற பூச ணிப்பூ
முதலிரவுப் பூவேயுன் முகமோ கோடி
  முள்ளில்லா மல்பூக்கும் ரோசாக் கூட்டம்
அதிவிரைவாய் வளர்ந்துநின்ற அதிச யப்பூ
  அனைத்துப்பூ உன்முன்னால் காகி தப்பூ.   57

உனக்கீடாய் மலரொன்றைத் தேடிப் பார்த்தேன்
    உலகெங்கும் காணவில்லை; இறைவன் கொண்ட
கணக்கென்ன என்றனுக்கு தெரிய வில்லை
    கற்பனையும் தீர்ந்ததுவா; குறையா; இல்லை
மனக்கண்ணில் உனைவிரும்பி; மறந்தா; இல்லை
    மனமெல்லாம் உனைக்கண்டு குழம்பிப் போயா
உனைக்கண்டு படைத்தக்கை வேறு ஒன்றை
    உருவிதுபோல் படைத்திடவே மறுப்ப தாலா.   58

தினங்காண தினங்காண தேடிப் பார்த்தேன்
    தேடியுனைப் படைத்தவனே திகைத்துப் போனான்
கணந்தோறும் ஆயிரத்தில் உருவம் மாற்றி
    கட்டழகுப் புதுமலராய் வடிவெ டுக்கும்
உனைக்கண்டு உடல்வியர்த்தான் உனைப்ப டைத்தான்
    உருக்கொண்டு உருக்குலைத்தாய் அவனை யுந்தான்
மனைகண்டு மனங்கொண்டு பூத்தி ருக்கும்
    மஞ்சள்பூ மருக்கொழுந்து மன்ம தப்பூ.   59

பழிவாங்க பாவையொன்றை படைக்கப் பார்த்தான்
    பாவியவன் பாவியுனால் பதைத்தே போனான்
சுழியுள்ளே உறைபவனை உதைத்து உன்பேர்
    சொல்லவைத்து சொக்கவைத்து சும்மா வேறோர்
இழிவான மனிதனைப்போல் ஆக்கி விட்டாய்
    இறையவனும் தன்மதியை இழந்து விட்டான்
அழகுன்னை படைத்தவனை அழித்தாய் சிந்தை;
    அதுவென்ன அழகென்ன அறியே னம்மா.   60

கல்வித்தை கற்பிக்கும் வித்தை இன்னும்;
    கற்பிக்க இயலாது சொல்லும் வித்தை
சொல்வித்தை சூக்குமங்கள் உரைக்கும் வித்தை
    சோகத்தை வென்றுமீண் டுயரும் வித்தை
புல்லுக்குள் உறைந்திருக்கும் இறையின் வித்தை
    புரியாது அரைகுறையாய் அறியும் வித்தை
பல்வித்தை உண்டுன்றன் நகைத்த ழிக்கும்
    பல்வித்தை கண்டுபடு குழியில் வீழ்ந்தேன்.   61

வியந்தான் வியர்த்தான் கம்பன்

பூ போற்றும் பூவே

தொப்புள்பூ பார்த்தாலே ஆண்பெண் யாரும்
   தொலைவார்கள் தோற்ப்பார்கள் பெரும்வி யப்பு
ஒப்புக்கு மற்றப்பூ: ஒப்பில் லாப்பூ
   உனையன்றி வேறில்லை உண்மை; நன்பூ
தப்புக்கு ஒப்பும்பூ நீயு மானால்
   தானுண்டு தலைகொடுக்க என்னை நம்பு
அப்புக்கும் அன்னைக்கும் மேலே வைத்து
   ஆலயம்போல் காத்திடுவேன் நீயென் பெண்பூ.   62

சாதிக்க வேண்டுமடி சாதிப் பூவே
   சந்தித்த போதில்தான் பாதிப் பூவே
பாதித்தாய் நெஞ்சைத்தான்; சம்ம தித்தால்
   "பாதி"த்தாய் ஆவாயே மணமு டித்தால்
நாதிதான் யாருமில்லை உன்னை விட்டால்
   நாத்திகன்போல் இறையுன்னை நினைத்தி ருப்பேன்
சோதிக்க வேண்டுமடி கட்டில் மேலே
   சோதிக்க வேண்டாமே என்னை நீயே.   63

பார்வைக்கு பார்முழுதும் விலையாய் வைத்து
   பார்த்தாலும் ஈடாகா; உன்னை வைத்துப்
பாரென்று என்னிதயம் எழும்பும்; கன்னல்
   பாலைவக்கு "பா"வைத்து பாட்டுக் கட்டி

பாரின்று பாரென்று பாவி நானும்
    பாடாய்த்தான் படுகின்றேன் அழகுக் கெல்லாம்
'பார்'த்தாயே; பார்த்தாயா; பார்த்து அன்பாய்
    பார்த்திலையேல் பார்க்கமாட்டாய் உயிரோ டென்னை.   64

கிழப்பருவம் எய்திவிட்டால் இளமை எல்லாம்
    கிழிந்ததுணி ஆகாதா; நினைத்துப் பாரேன்
உழக்கினிலே கிழக்குமில்லை மேற்கு மில்லை
    உளமொழி யாளேநீ எண்ணிப் பாரேன்
வழக்கொழிந்த மொழிக்கெல்லாம் வரப்பு கட்டி
    வாரியுர மிட்டாலும் வளரு மோதான்
அழகொழியும் முன்னாலே அணைத்துப் பாரேன்
    ஆகாகா மனக்கண்ணில் எண்ணிப் பாரேன்.   65

வியந்தான் வியர்த்தான் கம்பன்

பிணங்குவது போல் நடியேன்

பிணங்குவது போல்கொஞ்சம் நடித்துக் காட்டி
    பின்பார்வை முன்பார்வை காமங் கூட்டி
இணங்குவது தானேடி காதல் கூத்து
    இதில்கொஞ்சம் வெட்கத்தை கலந்து காட்டு
வணங்கிடுவேன் நானுன்றன் பாதந் தொட்டு
    வருவேனே, முன்னேநான் பாடாங் கேட்டு
முனகிடுதல் கூடலொரு மோகப் பாட்டு
    முன்னிற்கும் எனக்கும்நீ பாடிக் காட்டு.   66

அன்புக்கும் காதலென்று பெயர்தான் கண்ணே
    ஆசைக்கும் மீசைக்கும் உன்றன் பெண்மை
என்புக்கும் உள்ளோடி ஊடிப் பார்க்கும்
    என்சிக்கல் என்னாளும் உன்றன் கண்ணே
முன்பக்கம் பின்பக்கம் எந்தப் பக்கம்
    முன்னின்று பார்த்தாலும் பார்க்கும் பேரை
தன்பக்கம் ஈர்க்கின்ற அழகைக் கண்டு
    சந்திக்கும் துன்பங்கள் ஒன்றா ரெண்டா.   67

கட்டாத வீட்டுக்கு கதவு இல்லை
    காணாத காட்சிக்கு ஈர்ப்பு இல்லை
ஒட்டாத உறவுக்கு உயர்வு இல்லை
    ஓடாத வண்டிக்கு தேவை இல்லை
வெட்டாத குளத்துக்குள் தண்ணீர் இல்லை
    வெட்டினாலும் மழைவந்து கிழிப்ப தில்லை
முட்டாளாய் கிடக்கின்றேன் முட்டி முட்டி
    பார்த்தாலும் மோகம்நீ தீர்க்க வில்லை.   68

✳ ✳ ✳

நானுனக்கு இணையில்லை

ஏலாத ஆசைகொண் டேங்கு கின்றேன்
   இல்லாத இதயத்தை தேடு கின்றேன்
பாடாத வீணைக்கு பண்ண மைத்து
   பாடாய்த்தான் படுகின்றேன் பாட வைக்க
தோலாத கவியன்றி வேறு இல்லை
   தூத்தேறி நானுனக்கு இணையு மில்லை
காலாடுந் தடத்தில்நான் தரையு மானால்
   கண்ணேயென் வாழ்நாளுக் கிதுவே போதும்.   69

புன்னகைத்தால் புறப்படுமோர் புலியின் கூட்டம்
   புதலிருந்து உன்பார்வை என்னைத் தாக்கும்
சின்னயிடை தனிலிருந்து சிங்கக் கூட்டம்
   சிலிர்த்தபடி எழில்காட்டி என்னைத் தாக்கும்
பின்னலிடை யிருந்தெழுமே பாம்புக் கூட்டம்
   பெருமலரின் வாசத்தோ டென்னைத் தாக்கும்
அன்னநடை அருவியென ஆர்ப்ப ரிக்கும்
   அதிரடியாய் அதில்தள்ளி இருத்தும் போகும்.   70

பசித்தாலும் ருசித்தாலும் தெரிய வில்லை
   பட்டுடலின் பாகங்கள் நெஞ்சில் மோதி
பதிந்திட்ட தடங்களோ மறைய வில்லை
   பார்வைபட் டிடமெல்லாம் சூடு காட்டி
கொதிக்கின்ற எண்ணெய்பட் டெரிதல் போல
   கொப்புளித்து, பிழைக்கவைத்து கொல்லு கின்ற
சதிகார எழிலைநீ எங்கு கொண்டாய்
   சரியாக சரித்தென்னை வீழ்த்து கின்றாய்.   71

✳ ✳ ✳

வியந்தான் வியர்த்தான் கம்பன்

வள்ளுவனின் வழிகாட்டி நீ

முப்பாலில் மூன்றாம்பால் வடிக்கும் போதில்
  மூவுலகும் காணாத பூவே நீயும்
அப்பன்தான் அறிவுக்கும் ஆன்மத் துக்கும்
  ஆண்டவன்றன் மறுபிறப்பாம் வள்ளு வர்க்கு
எப்பால்நீ நின்றிருந்தாய்; உன்னைக் கண்ட
  இன்பத்தால் இன்பத்துப் பாப்ப டித்தான்
குப்பை போல் ஆணினத்தை ஆக்கி விட்டு
  குற்றமில்லா மல்தூங்கும் கொடுமைக் காரி.   72

❋ ❋ ❋

விளங்குதா விளக்கம்

விளக்கெதுவும் வேண்டாத விளக்க மேநீ
  விளங்கடுதே உன்மேனி, இருளில் கூட
விளக்கமாய்த்தான் தெரிகின்ற விளக்க மென்ன
  விளங்காது தவிக்கின்றேன் விளக்கு வாயா
விளங்காமல் நான்போனால் விளங்கு வேனா
  விளக்கம் நீ தரவேணும் வாழ்நா ளெல்லாம்
விளங்குவதும் விளங்காது தவிப்ப துந்தான்
  விளங்குகிற வாழ்வெனக்கு தருமே யம்மா.   73

❋ ❋ ❋

இல்லை இல்லை

பல்லுக்கும் நாவுக்கும் சண்டை யில்லை
    பல்நாவும் சண்டையிட்டால் உணவு இல்லை
வில்லுக்கும் அம்புக்கும் சண்டை யில்லை
    வில்லம்பு பகைக்கின்பகை வீழ்வ தில்லை
தொல்லையாய் தாய்நினைக்கின் மகவு இல்லை
    தொல்லையில் லாமகவு சவத்துப் பிள்ளை
எல்லாரும் எல்லாமும் வெல்வ தில்லை
    எனக்காக நீயென்றால் தோல்வி யில்லை.   74

முள்முனையில் கருணையெதும் வழிவ தில்லை
    முள்கருணை பொழிந்தாலே திருடன் தொல்லை
எள்முனையில் இவ்வுலகம் சுற்ற வில்லை
    எங்கிருந்து இதன்சக்தி புரிய வில்லை
கள்ளவுற வெனில்மனிதன் கசப்ப தில்லை
    கற்கண்டும் நேர்வழியில் ருசிப்ப தில்லை
உள்ளவுற வத்துணைக்கும் நீயே எல்லை
    உனக்கீடாய் கற்பனையில் யாரும் இல்லை.   75

ஏறாமல் ஏணிப்படி தேவை யில்லை
    இல்லாத காதலுக்கு கவலை யில்லை
கூறாத ஆசையெதும் கூடு தில்லை
    கூறியபின் னால்நெஞ்சில் ஆற வில்லை

ஆறாத புண்ணென்றால் ஆயுள் தொல்லை
   ஆம்கண்ணே உள்நினைவு ஆயுள் தொல்லை
மாறாத வடுவென்று ஆகி விட்டால்
   மற்றொருபெண் நன்னெஞ்சில் வாழ்வ தில்லை.   76

கல்லாத கல்விக்கு மதிப்பு இல்லை
   கைப்பொருளில் லாவாழ்வு இனிப்ப தில்லை
சொல்லாத சொல்லுக்கு சுவையே இல்லை
   சூட்சுமமில் லாகணக்கில் பயனே இல்லை
வெல்லாத வீரனுக்கு மாலை யில்லை
   விடியாத வறுமைக்குள் மகிழ்வு இல்லை
நில்லாத ஊடலுக்குள் காதல் இல்லை
   நினைக்காது நானுன்ன இருப்ப தில்லை.   77

இடைய யருகில் கவிதைக் கூட்டம்

வாழைகளே தாங்கிநிற்கும் தொங்கும் தோட்டம்
    வாழ்முறையை கற்கவைக்கும் விழியின் நோட்டம்
யாழிசையை ஏங்கவைக்கும் குரலின் நீட்டம்
    இடையருகில் இயங்குதொரு கவிதைக் கூட்டம்
பாழுடம்பு எனப்பகரும் முனிவன் கூட
    பற்றுவிட்டு பற்றுவைக்கும் இன்பத் தேக்கம்
ஆழிதனில் துரும்பெனவே உன்றன் மீது
    அலைகின்ற போதில்நீ இனிக்கும் சொர்க்கம்.   78

விருந்தினர்க்காய் வைத்திருந்த வாஞ்சை யோடு
    விழிவழியாய் வைத்திருந்த வெட்கம் சேர்த்து
கருங்குழலில் கைநுழைத்து காதல் போதில்
    கண்டதையும் உளறுகிற ஆண்ம கன்றன்
இருவிழியில் வழிகின்ற ஏக்கந் தன்னை
    இன்பதுன்பம் எனத்தெரியா காதல் தன்னை
ஒருகோடி மடங்காக்கி உனக்குள் வைத்து
    உயிர்க்குள்ளே உயிர்சுமக்கும் உயிரின் வைப்பு.   79

இளமாலை மஞ்சளடி உன்றன் தேகம்
    எங்கெங்கு தொட்டாலும் கரும்பின் சாரம்
வளர்வுக்கும் தேய்வுக்கும் இடையே உள்ள
    வண்ணநிலா ஒன்றினையும்; உலகில் உள்ள
இளமைத்தேன் எல்லாமுங் கொண்டு வந்து
    இன்னும்தான் இறைவனிடம் கேட்டுப் பெற்று
களர்பூமி குளிர்ச்சியினால் குழைத்து, காந்தக்
    கண்ணீரடன்டில் விட்டுன்னை படைத்திட் டானோ.   80

❋ ❋ ❋

வியந்தான் வியர்த்தான் கம்பன்

29

வியந்தான்; வியர்த்தான் கம்பன்

அழகியலின் கூறெல்லாம் ஒன்றாய்ச் சேர்ந்து
    அசைந்தவனின் கண்முன்னே வந்தால் கூட
தொழுதகுமோர் கவிராசன் கம்ப நாடன்
    தொகுத்துரைத்து வீச்சதனை படம்பி டிப்பான்
உழிவினைதான் உந்தியதோ? உன்றன் வீச்சை
    ஒப்புணர்ந்து வியந்தானே வியர்த்துப் போனான்
அழுதவனும் அரற்றுகிறான் முழுதாய் உன்னை
    அகத்துறையில் உள்வாங்க இயலே எனன்றான்.   81

ஓராயி ரம்சீதை ஒன்றி னாலும்
    உனக்கிணையா யாயெழிலில் ஒன்ற வொட்டார்
பாராத பேருக்கும் மனச்சி தைவை
    பகிர்ந்தளிக்கும் பேரெழிலின் வீச்சை முற்றாய்
ஓரத்தா னியலாத கம்ப நாடன்
    உடன்வியந்தான் உடல்வியர்த்தான்; உன்னைக் கண்ட
யாரேனும் அறிவோடு உலவு வாரா
    எத்தருக்கும் இதயத்தை இலக்கு கின்றாய்.   82

சானகியின் பேரெழிலை; வீச்சை கண்டு;
    தன்னுணர்வை அற்றுகரங் கூப்பு வோரை
கானகத்தே நடைபயிலும் போதும் அந்த
    கருராமன்; இளையவனா மிலக்கு வன்றன

கவிஞர். இர. அரங்கநாதன்

தேனிகர்த்த மீவனப்பை சொன்ன கம்பன்
    திகைத்தானே வியந்தானே வியர்த்துப் போனான்
ஊனுறைக்கு முன்னெழிலை உண்ட கண்கள்
    உற்றுணர்ந்து உடனுறைந்து உழன்ற தென்றான்.   83

பெண்ணுக்காய் எத்தனையோ போர்க ளுண்டு
    பிறன்மனையை துய்ப்பதற்கும்; களவு தற்கும்;
மண்ணுக்காய் ஆயிரமாய் யுத்த முண்டு
    மாவீரர் பல்லோர்கள் மாண்ட துண்டு
கண்ணேயுன் கழல்வீச்சை கண்ட தானே
    கம்பநாடன் மனமறிவும் போர்ந டத்தி
புண்ணாகி புலனழிந்து போன தந்தோ
    போம்வரையில் உன்னெழிலால் மிக்கத் தொல்லை.   84

முன்னாளின் தவத்தானே உன்னைக் கண்டேன்
    மூண்டன்னாள் யான்செய்த பாவந் தானோ
உன்னில்வாழ் பேரெழிலை முற்றாய்ப் பாட
    ஒராயி ரந்தடவை முயன்று தோற்றேன்
என்னாளில் இப்போரில் வெல்வே னென்று
    இயம்புகிறான் புலம்புகிறான் கம்ப நாடன்
சின்னேரம் வியக்கின்றான் வியர்த்துப் போனான்
    சீ யானோர் கவியாவென் றரற்றி வீழ்ந்தான்.   85

❈ ❈ ❈

கண்ணீர் பூக்கள்

உன்பாதத் தடமெல்லாம் கண்ணீர் பூக்கள்
   ஓயாமல் பின்தொடரும் ஏக்கப் பாக்கள்
எண்ணூறு பாவடித்தும் இன்னும் இன்னும்
   எழுமலரே மொய்க்குதடி கவிதை ஈக்கள்
பின்னூறு முன்னூறு கம்ப நாடன்
   பேரணியாய் வந்தாலும்; அன்பே உன்றன்
கண்ணேறை பாடுதற்கும் போத மாட்டான்
   கடைமடையாம் கவிஞன் நான் என்னு ரைப்பேன்.   86

நள்ளிரவில் நானெழுந்து பேத லிப்பேன்
   நாயொன்று எனைப்பார்த்து குரைத்துச் செல்லும்
கள்ளவிழிப் பார்வையினை நேற்று முன்னாள்
   கற்கண்டே கடைத்தெருவில் வீசிச் சென்றாய்
உள்ளபடி அதைத்தேடி உலுத்தன் நானும்
   உன்மத்தம் தலைக்கேற அலைகின் றேனே!
நல்லதொரு வழிதேடும் குருட னைப்போல்
   நானலைய வழிகாட்ட வருவா யன்றே!   87

மேடுபள்ளம் தனைக்கடக்க மலைத்து விட்டால்
   மேதினியில் வாழ்வேது உயர்வே தென்பார்
மேடுபள்ளம் மேனியெலாம் கொண்ட தாலே
   மேலுலகும் காணாத பூவே; நானும்
ஆடதுவும் அம்மன்சிலை முன்பா கத்தான்
   அதனுயிரை துறந்திடவே நிற்றல் போல
வாடுவது தெரியாமல் வாடு கின்றேன்
   வழித்துணையாய் நீவந்தால் மீட்டும் வாழ்வேன்.   88

✳ ✳ ✳

கவிஞர். இர. அரங்கநாதன்

இருப்பதிலே சிறப்பான அழகு

இருப்பதிலே சிறப்பான அழகு னக்கு
    இருகையால் உன்னெழிலின் பிச்சை வேண்டி
இருப்பதிலே நெகிழ்வான மனமெ னக்கு
    இருபத்தோ ராம்நூறு ஆண்டு இன்று
இருப்பவரை இல்லாது ஆக்கி விட்டு
    இருப்பவளே; சிரிப்பழுகு கந்த கத்தால்
இருபுறமும் எரியூட்டி குதூக லித்து
    இருப்பதிலே என்னம்மா மகிழ் வுனக்கு.   89

பார்க்காது போனாலோ ஏக்கத் தொல்லை
    பார்த்துவிட்டு பாராத போல ஏக்கம்,
தீர்க்காது போனாலோ நானே இல்லை
    தேடாத திரவியத்து குவையே உன்னால்
போர்க்கால பூமியைப்போல் காயம் நெஞ்சில்
    பொட்டிட்டு பூவைத்து பாதந் தொட்டு
நீக்கென்னின் துன்பமென வேண்டு கின்றேன்
    நீகொஞ்சம் மனம்வைக்க காத்து நின்றேன்.   90

புண்பட்டு புண்பட்டு புதைந்து விட்டேன்
    புண்பட்ட நெஞ்சுக்குள் சீழ்வ டிந்து
என்?பட்டேன் யார்கண்டார் யானே கண்டேன்
    யான்கண்ட துன்பத்தில் இன்பம் ஊட
பெண்பட்ட கால்தடத்தை தேடிப் பார்த்து
    பேதலித்து பிதற்றுகிறேன்; கண்ணே உன்றன்
கண்பட்ட காயத்தை இதழால் ஒற்றி
    காப்பாற்ற வாகண்ணே காலன் ஓட.   91

❈ ❈ ❈

மாட்டாய் தானே

கடைதானே வைக்காத அழகு கண்டு
   கண்ணெற்றி அழுகின்றேன் காண மாட்டாய்
அடையாத விழியாலே பார்த்துப் பார்த்து
   அடைகின்ற துன்பத்தில் பேண மாட்டாய்
இடைமீது நான்கோலம் போட வேண்டி
   ஏங்குகின்ற என்னேக்கம் தீர்க்க மாட்டாய்
அடிபோடி இப்படிநீ இருந்தே விட்டால்
   ஆகாது; இனியென்னை காண மாட்டாய்.   92

விரலுக்குள் விரல்கோர்த்து வீணை மீட்ட
   வேண்டுகிறேன்; வேண்டுதலை ஏற்க மாட்டாய்
உரலுக்குள் தலைவைத்து உலக்கை குத்த
   உன்பெயரே விண்டிருப்பேன் கேட்க மாட்டாய்
இரவுக்குள் உறவென்றால் நீதா னென்று
   ஏந்துகிறேன் கையிரண்டில் பூக்க மாட்டாய்
அரளிக்குள் விதையுண்டு தெரியுந் தானே
   அதைத்தேடும் பொழுதுமா பார்க்க மாட்டாய்!   93

மரணத்தை வென்றிருப்பேன் உன்னைச் சேர்ந்தால்
   மனதுக்குள் புளகித்தேன் எண்ண மாட்டாய்
அரனுக்கும் அயனுக்கும் திருமா லுக்கும்
   அமையாத வரமென்பேன்; என்னைக் கொஞ்சம்
விரல்தீண்ட சம்மதித்தால் தீயை மூட்டி
   விழுதற்கும் சம்மதந்தான் என்றேன் நீயோ
உரிமீண்ட பானைபோல் உடைத்துச் சென்றால்
   உயிர்நீக்கும் போதிலுமா காண மாட்டாய்.   94

கவிஞர். இர. அரங்கநாதன்

உனையெண்ணி உனையெண்ணி அழுதி ருப்பேன்
    ஒருவாறு என்னைநான் தேற்றிக் கொள்வேன்
பனைமீதில் அணிலேறி தீயை வைத்து
    பாய்ந்தோடிப் பார்த்திருந்தால் என்ன செய்வேன்
எனைநீயும் இருகரத்தில் ஏந்திக் கொண்டு
    இன்பப்பா படித்தால்நான் என்றும் வாழ்வேன்
கணைகொண்டு கண்ணாலே குத்தி விட்டு
    காயத்தில் விடமிட்டால் என்ன செய்வேன்.   95

ஒருவாரம் சவுக்காலே அடித்து வந்த
    உள்காயம் வெளிகாயம் உப்பி லிட்டு
தெருவோரம் எனனவீசிச் சென்றால்; அங்கு
    திரிவோர்கள் உன்பேரைச் சொன்னால்; கண்ணே
அரிதாரம் போடாத அவதா ரம்போல்
    ஆர்த்தெழுந்து தேடுவேனே உன்னை; நீயும்
ஒருதாரம் ஆவதற்கு சம்ம தித்தால்
    ஓராயி ரம்மாண்டு வாழ்ந்தி ருப்பேன்.   96

மந்திரமோ தந்திரமோ அறியேன்; உன்னில்
    மாய்மாலம் ஏதுண்டோ தெரியேன்; சுற்றும்
எந்திரத்தில் அகப்பட்ட பல்லி ஒன்று
    எழுந்திருந்து வருவதுதான் உண்டோ; உன்றன்
சுந்தரத்தின் சூக்குமத்தில் சிக்கிக் கொண்டேன்
    சுட்டுவிரல் தொட்டுவிட்டால் மீட்டும் வாழ்வேன்
அந்தரத்தில் ஊஞ்சல்கட்டி ஆடு கின்றேன்
    அத்துவிட்டு வேடிக்கை பார்க்கா தேயேன்.   97

❋   ❋   ❋

வியந்தான் வியர்த்தான் கம்பன்

ஈரப்பார்வை பாரேன்

ஓரப்பார் வைப்பார்ப்பாய் ஒளிந்து கொண்டு
    ஒற்றைப்பார் வைப்பார்ப்பாய்; கலங்க டிக்கும்
சாரப்பார் வைப்பார்ப்பாய் சாந்த மாக
    சரசப்பார் வைக்கேங்கும் எனக்கு உன்றன்
தூரப்பார் வையெல்லாம் வேண்டாம்; உன்னை
    தொட்டணைக்க காதலோடு சம்ம திக்கும்
ஈரப்பார் வைபாரேன் கருணை யோடு
    ஈனன்நான் ஈசன்போல் வாழ்ந்தி ருப்பேன்.   98

ஆத்திகர்க்கு அன்றாடம் இறைநி னைப்பு
    ஆண்டவனே இல்லையென அடம்பி டிக்கும்
நாத்திகர்க்கோ நிமிடத்தில் இறைநி னைப்பு
    நான்கொண்ட கற்பனைக்கும் ஏக்கத் திற்கும்
சூத்திரமுன் அழகுந்தான் அசைவுந் தானே
    தூண்டிவிட்டு சொர்க்கத்தின் கதவைச் சார்த்தி
பார்த்திருக்க கொல்லுகிறாய்; உனைநி னைத்து
    பார்த்திருப்பேன் கணந்தோரும் இரங்கு வாயா.   99

ஒத்துழைக்க வில்லையடி புலன்க ளெல்லாம்
    உனையெண்ணி வீணாகும் கணங்க ளெல்லாம்
முத்தினமும் சித்தரமும் முகத்தில் வைத்து
    முன்னழகில் வெண்பஞ்சும் தங்கம் சேர்த்து

தத்திவரும் நடையழகில் நளினங் காட்டி
    தாவிவரும் மானினத்தை விழியில் காட்டி
புத்தியுள யாவரையும் புலம்ப வைத்து
    புண்ணாக்கு கின்றாயே சாட்டை வீசி.				100

எத்தருக்கும் பக்தி

எத்தருக்கும் இதயத்தில் பக்தி மூட்டி
    என்னாளும் பக்தரென மாற்றிக் காட்டும்
வித்தகியின் இடையருகில் மையங் கொண்ட
    விருதினையும் கற்பனையில் எண்ணிப் பார்த்து
இத்தரையில் நிம்மதியாய் யாரி ருப்பார்
    இருப்பாரின உணர்வினையும் யார்ம திப்பார்
புத்தருக்கும் காதலையும் புரிய வைத்து
    புலம்பவைக்கும் சொர்க்கத்தின் சொந்தக் காரி.			101

பூகம்பம் கண்டதுண்டு பூவ திர்ந்தால்
    புயலைத்தான் கண்டதுண்டு பேர்க்கும் காற்றால்
தாகம்ம டங்கிடுமே தண்ணீர் வந்தால்
    தாயும்ம டங்கிடுவாள் மகவுக் காக
போகம்ம டங்கிடுமே வாழ்வெ றுத்தோன்
    போம்வரையில் ஆதிசிவன் தாள்ப ணிந்தால்
வேகம்ம டங்கிடுமே வீர னுக்கு
    விலையில்லா பேரழகி கிட்டி விட்டால்.			102

✳ ✳ ✳

வியந்தான் வியர்த்தான் கம்பன்

எங்கே சென்றாய்

எங்கேநீ சென்றொளிந்தாய் இதய மெல்லாம்
    இருளப்பி நுதல்வியர்த்து உதிரம் பொங்கி
அஞ்சாறு வடஇமயம் என்மேல் வந்து
    அழுத்துவபோல் அறிவயர்ந்து மனங்க லங்கி
துஞ்சாது துளங்காது; துன்பம் இன்பம்
    தோன்றாது செய்மறந்து எனைம றந்து
நெஞ்சத்தில் தீயெரிய நான்கி டக்க
    நீயெங்கே கொன்றொழிக்க சென்றொ ளிந்தாய்.   103

வஞ்சத்தி னால்கொல்வர் சில்லோர்; கொண்ட
    வாஞ்சையி னால்கொல்வர் சில்லோர்; செய்த
பஞ்சத்தி னால்கொல்வர் சில்லோர்; வஞ்ச
    பாராட்டி னால்கொல்வர் சில்லோர்; பூவாம்
கஞ்சத்தி னிடைகாட்டி; மேனி யெல்லாம்
    காணாத பூவெல்லாம் காட்டி; என்னை
வஞ்சிநீ வஞ்சித்து அழகால் கொன்றாய்
    வாழ்வின்றி வாழ்கின்றேன் எங்கே சென்றாய்.   104

மஞ்சள்பட் டிடைகண்ட மனதுக் குள்ளே
    மாதுன்றன் இதழ்கண்ட கண்ணுக் குள்ளே
நெஞ்சுக்குள் நெருப்பிட்டுப் பொசுக்கும் உன்றன்
    நெஞ்சத்தி னெழில்கண்ட உள்ளத் துள்ளே
பஞ்சுக்குள் தீயிட்டு பாது காக்கும்
    பாவையுன் னைக்கண்ட என்ற னுள்ளே
நஞ்சுண்ட அமுதாய்வா என்ற னுள்ளே
    நானுன்றன் உறவாக கண்ணி னுள்ளே.   105

✻ ✻ ✻

கவிஞர். இரா. அரங்கநாதன்

வானமே எல்லை

அதிர்வதுவும் பிதிர்வதுமுன் அங்க மென்றால்
  அலைபாய்வ தென்மனந்தான் ஆனால் நீயோ
புதுவிதமாய் புன்னைகத்து; நரக சொர்க்கம்
  பூவிதழில் காட்டுகிறாய்; உச்சி பாதம்
எதிரணியைச் சாய்க்கின்ற இன்ப அன்பு
  இடையருகில் கொடையளிக்கும் காமன் சொம்பு
கதைபடிக்கும் கண்ணிரண்டில் சாடை காட்டி
  கணக்காக கேட்கின்றாய் கட்டில் வம்பு.   106

விண்ணுக்கும் மண்ணுக்கும் விரிந்து நின்றாய்
  வீணன்நான் கண்ணாலே வியந்து நின்றேன்
பெண்ணுக்குள் இப்படியோர் ஈர்ப்பா என்று
  பித்தந்தான் தலைக்கேற அதிர்ந்து நின்றேன்
கிண்ணத்தில் மதுவூற்றி பருகு தல்போல்
  கிட்டத்தில் நீவந்தால் போதை தந்தாய்
எண்ணத்தை எரியூட்டி இரும்பைக் காய்ச்சி
  எட்டத்தில் இருந்தென்மேல் இழுக்கின் றாயே.   107

அன்னத்தை மானினத்தை பெண்பு றாவை
  அண்டத்தை மயக்கிடுமாம் கோகி லத்தை
கண்ணுக்குள் வளையவரும் மீனி னத்தை
  கால்நடையில் மனம்மயக்கும் பரதத் தையும்
முன்னுக்கும் பின்னுக்கும் தேவ தையை
  முன்னிறுத்திப் பார்த்தாலும் அழகே உன்றன்
கன்னத்தின் வண்ணத்திற் கீடு இல்லை
  கட்டழகின் காட்சிக்கு வானம் எல்லை.   108

வியந்தான் வியர்த்தான் கம்பன்

சீயென்று நாணத்தை காட்டும் போதும்
    சின்னயிதழ் தனைவிரித்து சிரிக்கும் போதும்
தாயன்றி வேறெவர்க்கும் வணங்கா என்னை
    தாள்பதிய தண்டனிட வைக்கும் போதும்
நோயொன்றை நெஞ்சுக்குள் ஏற்படுத்தி
    நுவன்றிடவே உன்பெயரை தவிக்கும் போதும்
நாயென்றே என்னைநான் ஆக்கிக் கொண்டு
    நானென்றும் படும்பாடு போதும் போதும்.   109

* * *

36

தீ

விரகத்தீ விளக்கிடுமுன் வெட்கத் தீதான்
    விளைக்கின்ற துன்பங்கள் கண்டே னுக்கு
நரகத்தீ போலென்னை நாச மாக்கும்
    நாணாத்தீ, நஞ்சத்தீ போக்க நீதான்
விரைந்துநீ முத்தத்தீ வீசி; முள்ளால்
    விடந்தோய்ந்த முள்ளையுந்தான் எடுப்ப தேபோல்
கரைந்துதான் உருகிடுமென் காக்க நீயும்
    கடுகியே வரவேண்டும் காதல் தாயே.   110

* * *

கவிஞர். இர. அரங்கநாதன்

இணையில்லை

உன்னைப்போல் இன்னொருத்தி காண்பே னென்று
    உள்ளத்தில் உள்ளபடி எண்ண வில்லை
கன்னத்தில்; கண்ணிற்குள்; காதோ ரத்தில்
    கையசைவில்; கால்நடத்தில் பெண்மை என்னும்
கிண்ணத்தில்; கிளர்ந்திருக்கும் உணர்ச்சிக் கூட்டில்
    கிள்ளைமொழிப் பேச்சழகில்; நெஞ்சம் தந்த
வண்ணத்தில், வண்ணநிலா போலும் உன்றன்
    வதனத்தில் இன்னொருத்தி இணையே இல்லை.   111

கவியெழுத கருத்தெனக்கு மறுக்கும் போது
    கையிரண்டும் ஒத்துழைக்க தவிக்கும் போது
புவியெழுதாப் பேரழகே உன்றன் எண்ணம்
    புந்தியிலே வந்துணர்வை கிளர்த்திப் போகும்
கவிமுகிலாய் என்றனுளம் கவிதை கொட்டும்
    கற்கண்டே; தேன்மழையே என்றுஞ் சொட்டும்
செவியினிலே வீணைவந்து காதல் மீட்டும்
    சிற்றிடையாம் பட்டிடையோ பாக்கள் கட்டும்.   112

செவ்விதழுக்கு எத்தனைப்பா இயற்று வேனோ
    சிற்றிடைக்கு எத்தனைப்பா கட்டு வேனோ
அவ்வையவள் ஆன்மீக பாப்ப டித்தாள்
    அகலாத சமுதாய சீழ்த்து டைத்தாள்
கவ்வுதடி உன்னெழிலோ என்னை; உன்மேல்
    காதலன்றி வேறெதுவும் கவியில் இல்லை
கொவ்வையித ழாமுதலாம் குமரி உன்றன்
    குளிர்நிலவின் எழிலெனக்கு வாழ்நாள் தொல்லை.   113

❋ ❋ ❋

வியந்தான் வியர்த்தான் கம்பன்

போதும் போதும்

போதுமடி துன்பமது போதும்; ரோஜா
    போதெனவே மலராமல் நிற்கும் போதும்
காதுமடல் கன்னங்கள் கைகள்; கொவ்வை
    கனியிதழில் நாத்தடவி போகும் போதும்
ஊதுகுழல் குரலோசை உள்ளீ டாக
    "உங்" காரம் நீகூட்டி நடக்கும் போதும்
வேதியலின் மாற்றங்கள் என்னுள் ஆக்கி
    விடப்பார்வை யால்வீழ்த்தல் போதும் போதும்.   114

போதுமடி இன்பமது போதும் போதும்
    இடப்பக்கம் வலப்பக்கம் போகும் போதும்
காதலுடன் நீ பார்த்தால்; தனியாய் வந்து
    கற்கண்டாய் முத்தமிட்டால் போதும் போதும்
காதுமடல் நான்கடிக்க தாளா மல்நீ
    "களு" க்கென்று தான்சிரித்து வெட்கங் கூட்டி
தேதிதெரி யாதென்னை தழுவ; இன்பத்
    தீயென்னை எரித்தாலே போதும் போதும்.   115

போதுமடி ஊடலது போதும் போதும்
    பொன்னிகர்த்த சிலையுன்னை பார்த்துப் பார்த்து
நாதியிலா குழவியைப்போல் நான லைந்தால்
    நன்றாமோ; பொருமுகின்றேன் பொங்கு கின்றேன்
பாதிபிரம் மையெனக் குற்ற தென்று
    பகலிரவாய் உன்னினைவே சுட்ட தின்று
சேதியுனக் குரைக்கின்றேன் ஊடல் விட்டு
    சேர்ந்தாலே எனைவந்து போதும் போதும்.   116

செவ்வாயில் முத்தெடுத்து முத்த ரித்து
      சேர்ந்தாலே வாழ்நாளுக் கதுவே போதும்
அவ்வாயை நீ திறந்து நகைக்கும் போதும்
      அழியாத ஓவியம்நீ அதுவே போதும்
கவ்வைக்கு உதவாத அச்சம் நீக்கி
      கண்காட்டு உயிர்மீட்டு அதுவே போதும்
ஒவ்வாத ஊடலினை விட்டொ ழித்து
      உடலோடு மனஞ்சேர்ந்தால் போதும் போதும்.   117

நடையாலே எனைச்சாய்த்தல் போதும் போதும்
      நாணத்தால் எனைவீழ்த்தல் போதும் போதும்
படைகொண்ட மன்மதனும் கண்டால் உன்னை
      படைவிட்டு பதம்பணிவான் பார்த்த போதும்
அடையாத உன்வதன வெள்ளத் தில் தான்
      அழிந்தாரே தன்சித்தம் பார்த்த பேரும்
கடைகோடி கவிஞுன்என் கற்ப னைக்கும்
      கண்ணேஉன் எழில்மட்டும் போதும் போதும்.   118

எப்படிநான் அழைத்தாலே குளிரும் உள்ளம்
      என்கனவே; இதயத்தின் உயிரே; காணா
அற்புதமே ஆன்மத்தின் ஊற்றே; நாவால்
      அறைந்திடவே இயலாத வடிவே; சொல்லால்
செப்புதலுக் கேலாத சிற்ப மே! மீன்
      சேலாடுங் கண்ணழகின் சிறப்பே; வானின்
ஒப்புயர்வில் லாமதியின் உருவே; என்றா
      உனையெவ்வா றழைத்தாலே குளிரும் உள்ளம்.   119

ஐவினையோ ஐயய்யோ! ஐயோ! ஐயோ!
      ஐம்புலனை தீய்க்கவரும் சாபந் தானோ!
பொய்யிடையோ மைவிழியோ மோகத் தம்பால்
      புறப்பட்டு கிழித்திடவே மலரான் செய்த

செய்வினையோ; ஆணினமே அழிந்து போக
    தீவினைகள் தெய்வமெலாம் எய்த தாமோ
கையருகில் காலனவன் கடப்ப தேபோல்
    கருங்கூந்தல் நெய்தடவி கடந்து போனாள்.   120

மையுருவி வார்த்தெடுத்த புருவம்; கூந்தல்;
    மச்சமுடன் சேர்ந்திருக்கும் பொற்கு டங்கள்!
பொய்கையெனும் தேன்குளத்தை தேக்கி வைத்த
    பொற்குவையாம் பெண்குவையின் மர்மம் கண்டால்
செய்மறக்கா திருப்பானேல் புலன்கள் செத்த
    திருச்சோற்றுப் பிண்டமென ஆவார்; என்றன்
பொய்ப்புரட்டு கலவாத கவிதை யாக்கும்
    போதெனது மனங்கிளரும் மாண்பே சாட்சி.   121

நெய்யாற்றில் நெருப்பிட்ட தன்மை போல
    நெஞ்செரிய; மழைவந்து குளிர்ந்த தேபோல்
பொய்யிடையாள் புலன்கிளர்த்த; சிரித்து வந்தால்
    புலன்குளிர்ந்து அகங்குளிர்ந்து ஆரா தித்து
பெய்மழையில் பாப்படிக்கும் மண்டூ கம்போல்
    பேரெழிலில் உளங்கிளர்ந்து; கண்ணே நானும்
பையரவு நாகந்தான் மகுடி முன்னால்
    பம்முவது போலேதான் விம்மி நிற்பேன்.   122

❋ ❋ ❋

கவிஞர். இர. அரங்கநாதன்

வஞ்சன் நீ

வஞ்சன்நீ கோடான கோடி பேரை
    வஞ்சித்து ஒருத்திக்கே அழகை யெல்லாம்
நஞ்சில் தீ குழைத்தெடுத்து வார்த்து; பெண்ணாய்
    நடமாட விட்டதினால் ஆண்பெண் யாரும்
நஞ்சுண்ட நிலையானார்; நாணம் விட்டு
    நடுத்தெருவில் அலைகின்றார்; ஏவல் செய்ய
பஞ்சில்தீ என்பார்கள்; அவளை யாரும்
    பார்த்தாலே தீப்பற்றி துடிக்க வைத்தாய்.   123

குழல்மீட்டும் நாதங்கள் அன்னாள் சொட்டும்
    குரல்கேட்ட பின்னாலே செந்தீ யில்போய்
விழல்காண மாட்டாதா; இறைவா உன்றன்
    வீராப்பும் கர்வமெலாம் அவளின் பட்டு
தழல்நாணும் நிறங்கண்டால் தன்னை மாய்க்க
    தறிகெட்டு ஓடாதா; தேவ தையின்
கழல்பட்ட நிலமெல்லாம் தங்கம் பூக்கும்
    கழனியென ஆகாதா பதிலே சொல்வாய்.   124

விரல்தீண்டும் வரம்வேண்டி நீயும் நானும்
    வீட்டில்போய் நிற்போமா மறுத்தால் அந்தோ
அரைக்காலில் நின்றுத்தான் தவமி யற்றி
    அரைக்கண்ணின் புறப்பார்வை வேண்டி; நம்மின்

நரைக்கூடும் காலம்போய் மரணஞ் சேரும்
    நாள்வரையில் கிடப்போமா; நானும் என்றன்
கரிபோர்த்த நிறங்கண்டு நாணி கோணி
    கல்லாகிச் சமைவேனோ அறியே னெந்தாய்.   125

அகிலத்தை படைத்தவனே அவனின் முன்னால்
    அடிமைபோல் அமர்ந்திருக்க காண வேண்டி;
அடிமைக்கு அடிமையென ஆனால் கூட
    அவள்தீண்டல் போதுமென தவங்கி டக்கும்
மிடிமைக்கு நாணுகிறேன்; மீளா மல்நான்
    மீட்டும்போய் தேடுகிறேன்; நடக்கும் தங்கப்
பதுமைக்கு மனதுக்குள் கோயில் கட்டி
    பல்லக்கு தூக்குகிறேன் காண்பா ளோதான்.   126

இறைவா நீ இவளழகை நெய்யும் போதில்
    எதில்கொண்ட எழில்கண்டு மலைத்தாய்; மின்னல்
குறையாத நிறத்தாலா; நெஞ்சில் பூங்கா
    குதித்தாடும் திறத்தாலா; கண்டால் தைக்கும்
புறப்பார்வை சரத்தாலா; குமிழ்சி ரிப்பாய்
    பொங்கிவரும் பரத்தாலா; காண்பார் யாரும்
மறக்காத கனிகொவ்வை இதழில் காணும்
    மாயாஜா லங்கண்டா மனம்ம லைத்தாய்.   127

✳ ✳ ✳

கவிஞர். இர. அரங்கநாதன்

சரி வா என் ரஞ்சிதமே

விடியாத இரவொன்றைக் கொணர்வா யென்று
   விளங்காத மன்மதனை வேண்டி நின்றேன்
அடையாத காதலுக்கு அழைப்பு தந்து
   அணையென்று என்னவளை இறைஞ்சி நின்றேன்
படியாத பருவத்தால் விழிபி துங்கி
   பார்த்திருந்தாள் தைரியத்தை ஊட்டி வந்தேன்
அடியாத மாடென்றும் படிவ தில்லை
   அழிக்கண்ணால் சட்டைதான் வீசி வந்தேன்.   128

புரியாத பருவத்துள் புகுந்து கொண்டு
   புலம்புகிற சொர்க்கத்தின் தாளை நீக்கி
சரி! வா! என் ரஞ்சிதமே சரச மெல்லாம்
   சரியில்லா வழியில்லை; உன்னை என்னை
உருதந்த பெற்றோரும் சாக சத்தின்
   உருவந்தான் என்றவள்முன் மண்டி யிட்டேன்
பருவத்தின் புதுக்குவியல் பணிந்தாள்; உற்றுப்
   பார்த்தவளோ காதலினால் சரிந்தே விட்டாள்.   129

மஞ்சள்நிற கன்னங்கள் சிவக்க; தன்னின்
   மடியருகில் பிரளயத்தை உணர; தன்னில்
கொஞ்சுகிற வளையல்கள் குலுங்க; மின்னும்
   குவளைப்பூ விழிகாதல் சிணுங்க; பின்னி
அஞ்சுகிற நடையார்த்து விம்ம; வெய்யோன்
   அவனொளியின் இடைமின்னல் விரிய; பட்டுப்
பஞ்சடைத்த நெஞ்சதிர்ந்து விம்ம; அந்தி
   பட்டங்க கலசம்போல் மிளிர்ந்தொ ளிர்ந்தாள்.   130

✳ ✳ ✳

41

காதல்.... காதல் மட்டுமே

விழியிருந்து வழிந்ததுபார் காதல்; கொண்ட
   வெண்பிஞ்சு விரலுக்குள் காதல்; தொண்டை
குழியிருந்து வழிகின்ற காதல்; உச்சி
   கும்மிருட்டு கூந்தலிலும் காதல்; பாவை
முழங்குதலில்; முணுமுணுப்பில் காதல்; நெஞ்சம்
   மூச்சுவிடும் போதெல்லாங் காதல்; கொட்டும்
அழகிலெல்லாம் ஆர்த்துவருங் காதல்; என்னை
   அண்டியபின் விண்முட்டக் காதல்; காதல்!   131

நடையழகில் நான்கண்டேன் காதல்; வந்த
   நாணத்தில நான்கண்டேன் காதல்; பார்வை
பறையறைந்து போகின்ற காதல்; பாவி
   பார்க்கின்ற இடமெங்கும் காதல்; நெஞ்சில்
நிறைகுடமாய் வழிகின்ற காதல்; என்னை
   நீவிவிட்டு மறைகின்ற காதல்; புத்தி
உறையவைத்து ஒளிகின்ற காதல்; கண்டால்
   உட்புகுந்து உருக்கிவிடுங் காதல் தந்தாள்.   132

இதழ்துடிக்க இறங்கிவருங் காதல்; என்றன்
   ஏக்கத்தில் இறங்கிவருங் காதல்; கண்டு
இதம்பதமாய் இரங்கிவருங் காதல்; நித்தம்
   எனைநினைந்து ஏங்கிவருங் காதல்; நிற்குங்
கதலியெனுங் காலசைவில் காதல்; போனால்
   கைவீசும் சாடையிலுங் காதல்; செல்ல
உதையிலுந்தான் உதிக்குதுபார் காதல்; சற்று
   உற்றுப்பார் உள்; வெளியில் காதல் காதல்.   133

நடக்கின்றாய் என்றெந்தன் விழிகள் சொல்ல
    நான்கொண்ட உள்ளுணர்வோ தேவ தைபோல்
மிதக்கின்றாய் என்றென்னை மிரட்ட; நானோ
    மிரண்டுபோய் என்னறிவைக் கேட்க; என்னை
சொதப்பித்தான் விட்டதடி புத்தி; உன்றன்
    சூட்சுமந்தான் என்னவென்று புரியா; மல்நான்
கிடக்கின்றேன் கிளர்கின்றேன் தளர்கின் றேனே
    கெட்டுப்போய் தவிக்கின்றேன் மீட்க வாராய்.   134

வியந்தான் வியர்த்தான் கம்பன்

ஏக்கத்தின் தாக்கம்

இதழ்சிந்தும் பன்னீருக் கெனது ஏக்கம்
  இளஞ்சிவப்பு நிறத்துக்கு எனது ஏக்கம்
உதட்டோர சுழிப்புக்கு எனது ஏக்கம்
  ஒய்யாரப் பார்வைக்கு எனது ஏக்கம்
வதைக்கின்ற வண்ணத்துப் பூச்சி உன்றன்
  வட்டநிலா முகங்கண்டு எனது ஏக்கம்
எதைத்தின்றால் பித்தந்தான் தீரு மென்று
  எனக்குள்ளே விதைத்துவிட்டாய் ஏக்கம் ஏக்கம்.   135

ஒற்றைக்கல் மூக்குத்தி ஒளியில் உன்றன்
  உள்ளழுகு வெளியழுகுக் கெனது ஏக்கம்
சற்றேறிச் சரிகின்ற இடையும் நெஞ்சும்
  சதிராட்டம் போடுவதால் எனது ஏக்கம்
உற்றோர்நாள் பார்த்துவிட்டால் உண்மை கண்ணே
  ஒராண்டுக் குன்மத்தம்; தீரா ஏக்கம்
கற்றைக்கு மூல்மடித்து கட்டிக் கொண்டு
  களுக்கென்று நீசிரித்தால் தாக்கும் ஏக்கம்.   136

பற்றவிடா பூந்தனத்தைப் பார்த்துப் பார்த்து
  பற்றி;விடக் கூடாத ஏக்கம் ஏக்கம்
சிற்றிடையைச் சுமந்திருக்கும் சீத னத்தை
  சிந்தனையில் எண்ணுவதால் தீரா ஏக்கம்
முற்றமதில் நீசாய்ந்து சிரிக்கும் தூணை
  மோதியே சாய்த்துவிட தூண்டும் ஏக்கம்
பற்றுவதால் உன்னிதழை பல்தேய்ப் பானாய்
  பாவினான் மாறிவிட வருமே ஏக்கம்.   137

✳ ✳ ✳

கவிஞர். இர. அரங்கநாதன்

அழகுனக்கு நோயெனக்கு

பக்கத்தில் வந்தாலும் அழகு னக்கு
  பலகாதம் சென்றாலும் அழகு னக்கு
துக்கத்தில் இருந்தாலும் அழகு னக்கு
  தூக்கத்தில் இருந்தாலும் அழகு னக்கு
வெட்கத்தில் இருந்தாலும் அழகு னக்கு
  விசனத்தில் இருந்தாலும் அழகு னக்கு
கக்கத்தில் பிரபஞ்ச அழகை யெல்லாம்
  கட்டிக்கொண் டலைகின்றாய் நோயெ னக்கு.   138

அழகுணியாய் என்மனது அடம்பி டிக்கும்
  அடிமுதலாய் தலையீறாய் உன்னைத் தொட்டு
தொழுதிடவே வேண்டுமென துடிக்கும்; கட்டி
  தூக்கிடவே வேண்டுமென கிடந்த ரற்றும்
வழுக்கமிலா எழிலுனக்கு; கண்ணால் கண்டால்
  வாழவிடா மனமெனக்கு; இதுநாள் மட்டும்
பழுக்கமிலா கெஞ்சலுன்னை; பார்த்த மட்டில்
  பற்றுவைநீ என்னையுந்தன் வாழ்க னக்கில்.   139

விழிகண்டால் குளிர்ச்சியுன் பவழம் போன்ற
  விரல்நகத்தில் குளிர்ச்சியுல கதனை வெல்லும்
தழுல்போன்ற இடைகுளிர்ச்சி; தழுவச் சொல்லும்
  தளிர்க்கரங்கள் குளிர்ச்சியந்த நிலவும் வெட்கும்
நிழல்கூட குளிர்ச்சியந்த; நிழலைத் தொட்டு
  நீதழுவி னால்குளிர்ச்சி; பூமி தொட்ட
கழுல்கூட குளிர்ச்சியுன்றன் கரங்கள் பட்டால்
  கனல்கூட குளிர்ச்சியதை கண்டு கொண்டேன்.   140

✳ ✳ ✳

வியந்தான் வியர்த்தான் கம்பன்

முன்பின்னே கண்டதில்லை

முன்பின்னே உனக்கிருக்கும் அழகை நானோ
   முன்பின்னே கண்டதில்லை; காலால் நீயும்
கண்முன்னே நடந்துவரும் கவிதை யாப்பு
   கம்பனையும் காணவில்லை எனது தீர்ப்பு
கன்னத்தைக் கண்டிருந்தால் கம்ப நாடன்
   கண்ணைப்பார்த் தெழுதிடவே அவனும் நாடான்
கண்ணைப்பார்த் தெழுதிடவே நாடி னாலோ
   காலைப்பார்த் தெழுதிடவே இறங்கிப் போகான்.   141

அரிதாரம் பூசா அழகு

அரிதாரம் பூசாத அழகு னக்கு
   அதனாலே அலைபாயும் மனமெ னக்கு
புரிந்தாலும் புரியாத போல்ந டித்து
   புத்தியெலாம் உன்வசத்தில் கலங்க டித்து
உருவெல்லாம் ஒளிந்திருக்கும் அணுவில் கூட
   உருமாறி ஒளிவீசும் நிலவைக் கண்டு
பரிகாரம் தெரியாது குழம்பு கின்றேன்
   பரிவோடு வருவாயா விரும்பு கின்றேன்.   142

கவிஞர். இர. அரங்கநாதன்

46

தேவியரும் திகைத்தாரே

உன்னைப்பார்த் துருவான கவிஞ ரெல்லாம
    ஒராயி ரங்கம்பன் உருவெ டுப்பார்
மின்னல்போர்த் திடைவிரலால் தொட்டு விட்டால்
    மேலுலகில் வாழுகின்ற தெய்வ மெல்லாம்
தங்கள்தே வியருக்கு விவாக ரத்து
    தாக்கீது அனுப்பிடுவார்; உன்றன் தந்தை
தன்னைத்தான் பெண்கேட்டு தவமி ருப்பார்
    தாந்தெய்வம் என்பதையே மறந்தி ருப்பார்.   143

முன்மூன்று தேவியரும் மண்டி யிட்டு
    முன்வந்து மடிப்பிச்சை கேட்டி ருப்பார்
தன்தேவக் கணவரையும் தாயேன் என்று
    தாயவரும் உனைத்தாயாய் வணங்கி ருப்பார்
என்னென்று ஏதென்று அறியும் முன்னே
    எழிலேறி இடம்மாறும் அதிச யத்தால்
கண்ணொாற்றும் கணவன்மார் பேத லித்த
    காரணத்தை அறிவாரே திகைத்துப் போவார்.   144

"கஞு"க்கென்றுன் சிரிப்பொலியை கேட்டு விட்டால்
    கவியெழுத கையிரண்டும் பரப ரக்கும்
"விலுக்" கென்று விரல்நுனியைக் கண்டு விட்டால்
    விரல்நுனியில் எழுதுகோலுந் துடிது டிக்கும்
"பளுக்" கென்று கன்னத்தில் அறைந்தார் போல
    பார்வைபட் டால்கவிதை சுழன்ற டிக்கும்
"சிலுக்" கென்று நீநடைதான் பயிலும் போதில்
    சிந்தனையில் குற்றாலம் கொப்ப ளிக்கும்.   145

பூபோற்றும் பூவேநீ என்றன் மேலே
    பொல்லாப்பு வைக்காதே கண்ணே; உன்றன்
பார்போற்றும் எழிலதனை கண்ட தாலே
    பனிபோர்த்த குழந்தைபோல் நடுங்கிப் போனேன்
கார்போற்றும் கருங்குழலின் மெத்தை மேலே
    கைகோர்த்து வாழ்ந்திடத்தான் எண்ணங் கொண்டு
தார்போர்த்த உன்மேனி கையால் தாங்க
    தவிக்கின்றேன் தளர்கின்றேன் அறிவா யாநீ.   146

செல்லுக்குள் ஒளிந்திருக்கும் எழிலில் கூட
    சின்னதொரு பிரபஞ்ச ஒளியின் வட்டம்
அல்லுக்கும் பகலுக்கும் இடையில் உள்ள
    அந்திவானம் உன்னிறத்தை கடனாய்க் கேட்கும்
பல்லொக்கும் முத்தினந்தான் என்றால்; முத்தோ
    பரவசத்தால் கைகூப்பி நன்றி சொல்லும்
வில்லொக்கும் விழியிரண்டில் கணைகள் பாய
    வீழாத தேவர்யார் மூவர் யாவர்.   147

கல்லொக்கும் திரட்சிக்குள் நெஞ்ச மேனும்
    கனியொத்து பசியார வாவா வென்னும்
புல்லுக்கும் புல்லுதற்கு ஆசை மூட்டும்
    பொய்யென்னும் வாழ்வுக்கும் அர்த்தங் கூட்டும்
மல்லொக்கும் தடந்தோளின் காளை எல்லாம்
    மயங்கித்தான் நிலைமறக்கும் நிலையைக் காட்டும்
வெல்லட்டும்; அவள்வென்றால் அதுதான் காதல்
    வெற்றிக்கே வழியாகும் வாழ்த்து கின்றேன்.   148

✵ ✵ ✵

கவிஞர். இர. அரங்கநாதன்

என்னைநான் நோகின்றேன்

என்னைநான் நோகின்றேன்; உன்னை எண்ணி
   எண்ணாத எண்ணத்தால் அழியும் வண்ணம்
என்னைதான் எழிலுனக்கு இருக்கு தென்று
   என்னைநா னேசுட்டி; வெட்கி; நாணி
உன்னைநான் ஓடோடி வந்து பார்த்து
   உட்புறமும் நினைவயர்ந்து; செய்ம ரந்து
கண்ணைநான் நோகின்றேன்; உன்னை இன்று
   கண்டதினால் கருத்தழிந்து நின்றேன் நன்று.   149

உள்ளத்தை நோகின்றேன் உள்ள தெல்லாம்
   உள்வாங்கி மனம்வியர்த்து உடல்வி யர்த்து
பள்ளத்தில் பாய்ந்தோடும் வெள்ளம் போல
   பாவியுன்றன் நினைவூடி உட்பு குந்த
கள்ளத்தின் காரணத்தால் கரணம் தப்பி
   கணமொன்றில் உயிர்தப்பும் வித்தை போல
மெல்லத்தான் உயிர்க்கொல்லும் நஞ்சே போல
   மெல்லநான் உயிர்க்கருகும் காட்சி பாராய்.   150

நின்றாலும் நிமிர்ந்தாலும் நெஞ்சை நீவும்
   நீள்பார்வை பார்த்தாலும்; தேரைப் போல
சென்றாலும் சிரித்தாலும் செவ்வி தழ்கள்
   சிலிர்க்கத்தான் விரித்தாலும்; சீனப் பட்டில்

பொன்வேய்ந்த இடைகாட்டி நடந்திட் டாலும்
    புறப்பார்வை பார்த்தென்னை எரித்திட் டாலும்
தின்றாரைப் போலுன்னைக் கண்டு; உன்றன்
    தெவிட்டாத கண்சாடை பார்த்து வாழ்வேன்.   151

நின்றாலும் நடந்தாலும்; அந்தப் போதும்
    நேர்ந்தயிறை தனைத்தொழுது நிற்கும் போதும்
தின்றாலும்; தேள்கொட்டி துடிக்கும் போதும்
    தேர்மீது அம்பிகையூர் வலத்தின் போதும்
கன்றொன்று தாய்தேடி கத்தும் போதும்
    கான்குயிலும் அதிகாலை பாடும் போதும்
என்பாதி தூக்கத்தில் நானெ முந்து
    இன்னலுறல் உனைநினைத்தல் போதும் போதும்.   152

❈ ❈ ❈

கவிஞர். இர. அரங்கநாதன்

அழகியல் குண்டு

எத்தொழிலும் நான்செய்ய இயல வில்லை
   இத்தனைக்கும் உனக்கிணையாய் நானு மில்லை
தத்திவரும் நடையழகை கண்டு கண்டு
   தறுதலையாய் நானமுது நிற்ப துண்டு
ஒத்துழைக்க வேண்டுமடி; காதல் கொண்டு
   ஓயாத கடலலைபோல் சொர்க முண்டு
தத்துவங்கள் பேசிடலாம் மறந்தி டென்று
   தவிப்போர்க்குத் தான்தெரியும் அழகின் குண்டு.   153

பாராது நீயென்னைப் பார்த்துப் போவாய்
   படாதபா டெல்லாம்நான் பட்டு வீழ்வேன்
சீராகும் இனிமேல்தான் என்று சொல்லும்
   சிறப்புமருத் துவர்போல என்றன் சிந்தை
தோராய மாகத்தான் சொல்லிப் போகும்
   துடிப்பேன்நான் வெடிப்பேன்நான்; என்னை நானே
ஆராய்ந்து பார்க்கின்றேன்; உன்னை ஓர்நாள்
   ஆராயா விட்டால்நான் அழிந்து போவேன்.   154

அந்தரத்தில் ஊஞ்சல்

அந்தரத்தில் ஊஞ்சல்கட்டி ஆடு கின்றேன்
    அதில்கூட உன்னேடு வாழு கின்றேன்
சுந்தரத்தில் தோய்த்தெடுத்த உன்னைக் கண்டு
    சொக்கிவிட்ட என்னினைவு திரும்ப வில்லை
பொந்திருக்கும் பறவையடி மனிதன் மேனி
    புறப்பட்டுப் போகாமல் தடுக்க வாநீ
நொந்திருக்கும் இளமைக்கு நீயே போணி
    நோய்ப்பட்டு சாவென்றால் விட்டுப் போநீ.   155

உன்னங்கம் வர்ணிக்க என்னும் போதில்
    உடலெங்கும் உதறலது எடுக்கும்; மின்னும்
பொன்னங்கம்; பூவெங்கும் மலரும்; பட்டு
    போர்த்தியதாய் பளபளக்கும் மேனி கண்டு
என்னங்கம் எங்கெங்கும் இடியும்; மின்னல்
    இடம்வலமாய் இனம்புரியா துள்ளல்; கன்னல்
கன்னங்கள் கண்ணாடி என்னும் போதில்
    காதில்தான் காதல்தேன் வார்க்க கெஞ்சும்.   156

✵ ✵ ✵

கவிஞர். இர. அரங்கநாதன்

உயிர்தோன்றும் போர்

வித்தைகளை தன்னுள்ளே ஏற்கும் விந்தை
    விளையாட்டுக் கூடந்தன் உன்றன் பெண்மை
அத்தையவர் மாமனாரும் நடுவ ராவர்
    அடியம்மா விந்தையான யுத்த மன்றோ
சொத்தையெனும் ஆயுதப்போர் முடிவில் கொண்ட
    சூட்சுமத்து உயிரெல்லாம் சாகும் போகும்
முத்திரையாய் இப்போரில் உயிர்கள் தோன்றும்
    முடிந்தாலும் தொடர்ந்தாலும் இன்ப மாகும்.			157

முப்படையோ நாற்படையோ கண்ட துண்டு
    மூவுலகும் காணாத படைகள் உன்னில்
அப்பியதை கண்டுள்ளம் அரண்டு போனேன்
    அய்யோஎன் மனமுடைந்து மிரண்டு போனேன்
செப்புகிற மொழியழும்; சிரித்துப் பேசும்
    செம்பவள வாயழகும்; ஒளிந்தி ருக்கும்
சித்திரத்துப் பல்லழகும்; சேலின் கெண்டை
    சிலிர்க்கின்ற கண்ணழகும் படைதான் கண்ணே.			158

✳ ✳ ✳

வியந்தான் வியர்த்தான் கம்பன்

51

பிறப்பெடுக்க வேண்டுமென் பேரழகே

தொன்னூறு சதவீத அழகு கண்டே
　　தொடைநடுங்கிப் போகின்ற ஆணி னத்தில்
பன்னூறு பலலட்சம் சதவீ தத்தில்
　　பளிர்நிலவாய் எழில்காட்டும் தேவ தைக்கு
என்னைநான் சமர்ப்பிக்க சம்ம தித்தால்
　　இருநூறு சென்மங்கள் சேவை செய்ய
முன்வந்து பிறந்திருப்பேன்; காதல் தாயே.
　　முகம்மட்டும் நான்காண விட்டால் போதும்.　　　　159

சொடுக்கெடுக்க ஒருபிறப்பு; சொக்க வைக்கும்
　　தொடையழகை கண்டிருக்க; கண்கள் கூசும்
இடையழகை தொழுதிடவும்; இழுத்துக் கட்டா
　　இளநெஞ்சின் மார்பழுகை ஆரா திக்க
விடுமுறையில் லாப்பிறப்பு வேண்டும்; உன்றன்
　　வெட்கத்தை நீக்கிடத்தான் ஒருபி றப்பு
அடைமழைபோல் உன்னுடன்நான் சுகித்தி ருக்க
　　ஆயிரத்தில் பிறப்புகள் வேண்டு மன்றே.　　　　160

பாதத்தை பூசிக்க ஒருபி றப்பு
　　பல்லழுகை கண்டிருக்க ஒருபி றப்பு
சோதிக்க உன்னழகை ஒருபி றப்பு
　　சொந்தத்தை நாட்டுதற்கு ஒருபி றப்பு

கவிஞர். இர. அரங்கநாதன்

சேதத்தை கணக்கெடுக்க ஒருபி றப்பு
    சிந்தித்து வெட்கமிட ஒருபி றப்பு
நாதத்தை வெல்லுமுன்றன் குரலைக் கேட்டு
    நானென்னை மறந்திருக்க ஒருபி றப்பு.   161

கட்டழகைக் கண்டிருக்கு ஒருபி றப்பு
    கற்கண்டு இதழ்பருக ஒருபி றப்பு
மெட்டமையா தேன்குரலில் நீய ழைக்க
    மென்குரலில் ஊடலிட ஒருபி றப்பு
கட்டிலிடும் கச்சேரிக் கொருபி றப்பு
    கண்டதினால் உன்னென்னை உருவில் கொண்ட
தொட்டிலிடும் சொத்துக்கு ஒருபி றப்பு
    தொடாமலே உனைத்தொழுவே ஒருபி றப்பு.   162

வட்டிலிலுன் கைபிசைந்த அமுதை வாங்கி
    வரமென்று உண்டிருக்க ஒருபி றப்பு
மெட்டியிலே உன்பாதம் புதைந்தி ருக்க
    மென்வாயால் நீக்கிவிட ஒருபி றப்பு
தொட்டணையா உயரத்தில் நிற்கும் உன்றன்
    தூயவெழில் கண்டிருக்க ஒருபி றப்பு
பொட்டுவைத்த உன்முகத்தை கண்டு கண்டு
    பொழுதெல்லாம் ரசித்திருக்க ஒருபி றப்பு.   163

விட்டுவிட இயலாது உன்னை எண்ண
    வேண்டுமடி எனக்குந்தான் பலபி றப்பு
பட்டுடலின் மினுமினுப்பில் முகத்தைப் பாாத்து
    பரவசமுங் கொண்டிருக்க ஒருபி றப்பு
முட்டிவரும் ஆனந்தக் கண்ணீ ரைத்தான்
    முந்தாணை யால்துடைக்க ஒருபி றப்பு
வெட்டுப்பட் டாலும்நான் உனைய ழைக்க
    வேண்டுமடி எப்போதும் பலபி றப்பு.   164

முந்திமேல் சந்திக்க ஒருபி றப்பு
   முகம்மட்டும் பார்த்திருக்க ஒருபி றப்பு
சந்திபொழு தாகையிலே பரிதி தன்னை
   சபித்துவிட்டு உனைத்தேட ஒருபி றப்பு
கந்தைதுணி கைகூழும் போது மென்று
   காலடியில் தவங்கிடக்க ஒருபி றப்பு
பந்தியிலே நானுண்ண உன்றன் கையால்
   பரிமாற வேண்டுமடி ஒருபி றப்பு.   165

எப்பிறப்பு ஆனாலும் உனக்கு ஏங்க
   இறைவனைநான் தொழுதிடவே ஒருபி றப்பு
அப்பிறப்பில் நீகணவன் நான்பெண் டாகி
   ஆராதித் துணைத்தொழவே ஒர்பி றப்பு
கற்பனையில் கூடநான் உன்னை நீங்கும்
   கதைகூட வேண்டாமே இப்பி றப்பில்
சித்திரமே உன்னெழிலே உன்சி றப்பு
   சேர்ந்திருந்தால் மட்டுந்தான் என்னீ ருப்பு.   166

உனக்கேங்கி உருக்குலைய ஒர்பி றப்பு
   உருக்குலைந்து அழிவதிலோர் மனச்சி லிர்ப்பு
மனக்கண்ணில் உன்னுருவங் கண்டு கண்டு
   மருகிடவும் மருவிடவும் ஒருபி றப்பு
பிணந்தின்னி கழுகென்னை கொத்தும் போதும்
   பின்னழகை ரசித்திருக்க ஒருபி றப்பு
நிணந்தீயில் வேகையிலும் நீயி ருக்கும்
   நெஞ்சுமட்டும் வேகாமல் ஒருபி றப்பு.   167

கால்முதலா தலையீறா ரசித்து உன்னை
   கண்ணீர்விட் டழுதிருக்க ஒருபி றப்பு
வேல்குத்தி அலகிட்டு உன்னை தேர்மேல்
   வீதியெலாம் சுற்றிவர ஒருபி றப்பு

தோல்பிய்ந்து தொங்கையிலும் நீந டக்க
    தோணாது தேரிழுக்க அப்பி றப்பு
கால்தலையும் மண்புரள்வேன் தேரைச் சுற்றி
    காணங்கப் பிரதட்சணம் இப்பி றப்பில்.   168

சிரிப்பொன்றை வீசிப்போ; மின்னல் காட்டும்
    சிற்றிடையே காட்டிப்போ; தாம ரைப்பூ
விரிப்பென்னும் முகங்காட்டி; விழியால் கொல்லும்
    வேல்பாய்ச்சிப் போகொஞ்சம்; கொஞ்சிப் பேசி
உரமிட்டுப் போ; வாழ உயிர்மீ டிப்போ
    ஒய்யார நடைகாட்டி எனைசாய் துப்போ
தெரியாத இன்பத்தை தெளிவித் துப்போ
    தீவைத்த நெஞ்சத்தை அணைப்பித் துப்போ.   169

பெண்டாட்டி வேண்டுமெனில் உன்னைப் போலே
    பெண்டாட்டி கட்டிவிட்டால் போதும் போதும்
திண்டாட்டந் தானன்றோ வந்து சேரும்
    தீண்டுமிடம் எல்லாமே சொர்க லோகம்
கொண்டாட்டம் போடுமடி; நானோ உன்றன்
    கொத்தடிமை ஆகிடுவேன்; என்றன் தந்தை
பெண்டாட்டி எந்தாயோ உன்னைக் கண்டு
    பேதலித்துப் போவாரோ மறுகு கின்றேன்.   170

❋ ❋ ❋

என்னைப் பார் என் நிலையைப் பார்

உன்னைப்பார்த் தக்கண்ணால் உலகில் எங்கும்
   உனையன்றி வேறெதுவும் உலவ வில்லை
என்னைப்பா ரென்நிலையைப்பார்; என்னை நானே
   எத்தனைநாள் பார்க்கவில்லை புரிய வில்லை
அன்னைபார் தந்தைபார் என்றா ரென்னை
   அடிபாவி தெரியாதா ஆகா யத்து
மின்னல்பார்த் துன்னைப்பார்த் தொருநாள் ஏங்கி
   மின்னல்யார் உன்னையார் அறிந்தே னில்லை.   171

✷ ✷ ✷

புரியாத கணக்கு

குரல்கேளா கணமெனக்கு கொடுமை யாகும்
   குங்குமமாய் முகஞ்சிவந்து என்னைத் தேடி
விரல்தீண்டா பொழுதெல்லாம் வியர்த்த மாகும்.
   விடிகாலை வருகின்ற செவ்வா னம்போல்
சரியாக நீயென்னைச் சேரா விட்டால்
   சர்க்கரைமண் கொட்டிவிட்ட தன்மை யாகும்
புரியாது மிரட்டுகிற கணக்கைப் போல
   புரியாத எழில்கண்டு புலம்பு கின்றேன்.   172

✷ ✷ ✷

54

குடிகாரனா நான்

குடிகாரன் போலாச்சே என்னி லைமை
    கொண்டாட்டம் போதில்தான் குவார்ட்டர் வேணும்
சரிவாரம் ஓர்நாள்தான் என்று ஆகும்
    சரி ஓர்நாள் ஒருதடவை என்று தோன்றும்
புரியாது பொழுதெல்லாம் குடித்து ஆடும்
    பொல்லாத குடிகாரன் தன்மை போல
அடிபோடி உனைக்கண்டால் இன்ப போதை
    ஆகாது போனாலே துன்ப போதை.   173

இன்பத்துப் பாவுக்கு எடுத்துக் காட்டு
    இல்லாத இன்பத்தை உன்னில் காட்டு
துன்பத்தில் இன்பந்தான் உன்றன் பாட்டு
    துடிக்கின்றேன் காப்பாய்நீ என்னை மீட்டு
கம்பத்தில் வைத்தென்னை கட்டிப் போட்டு
    கன்னத்தில் முத்தமெனும் சாட்டை நீட்டு
செம்பொன்னே நீயென்னும் உருவம் பார்த்து
    சிலிர்த்தடங்கும் என்னுயிரை மீட்டுக் காட்டு.   174

✳ ✳ ✳

காப்பதுன் கடன்

காப்பதுவுன் கடமையடி கண்ணே; உன்றன்
    கண்ணசைவில் லையென்றால் வாழ்க்கை வீணே
பூப்படைந்த மேனியைநீ போர்த்திக் கொண்டு
    போர்ப்பரணி படித்தால்நான் என்ன செய்ய
தோப்பிலொரு யுத்தம்நாம் தொடங்க லாமா
    தோற்றவர்தான் வென்றவராம் சரியா அம்மா
மூப்படையும் போதெல்லாம் வீணாய்ப் போகும்
    மோகமெலாம் கைநடுக்கில் வீழ்ந்தே போகும்.   175

இதழ்பிடித்து என்கையால் திருக வேணும்
    இடைபிடித்து இருகையால் அணைக்க வேணும்
கதலியெனும் காலிரண்டின் செழுமை கண்டு
    கண்ணொற்றி மார்பெற்றி அழுதல் வேணும்
பதவியெலாம் தூக்கியெறிந் துன்றன் பாதம்
    பார்த்ததனை பாதுகாக்கும் பதவி வேணும்
முதலிரவின் காட்சியெலாம் மனதில் கண்டு
    முப்பதுநாள் உபவாசம் இருக்க வேணும்.   176

விட்டுவிட இயலாது விம்மும் போதும்
    வெறிகொண்டு உனைக்காண தேடும் போதும்
தொட்டுவிட தொடங்கிவிட எண்ணும் போதும்
    தொழுதுவிட மண்டியிட துடிக்கும் போதும்
பட்டுவிடக் கூடாதா பார்வை யென்றும்
    பட்டுவிட வில்லையெனில் பாவை பார்வை
பட்டுவிட வேண்டும்நான் என்று எண்ணி
    பட்டுவிட்டேன் துன்பமெலாம் போதும் போதும்.   177

✵ ✵ ✵

கவிஞர். இர. அரங்கநாதன்

எழிலின் தீ நீ

ஒய்யாரங் குலையாத ஊடல் பாட்டே
   ஒருதடவை முழுதாய்நீ எனக்கு காட்டேன்
அய்யங்கள் தீர்க்கின்ற அழகுக் கேணி
   அரிதாரம் பூசாத எழிலின் தீ நீ
பொய்யேதும் புனையாத புலவன் பாநீ
   பொல்லாத இரவுக்கு காக்கும் காநீ
எய்யாத அம்புக்குள் இருக்கும் கூர்நீ
   எறிகின்ற மன்மதனில் காக்கும் வேர்நீ.   178

உருவில்லா உருவின்று கண்டு கொண்டேன்
   உள்ளுக்குள் பருவநிலா நீண்டு நிற்க
புருவத்தின் கீழ்ப்பார்வை புதையல்; ஆனால்
   புதையலெதும் அங்கில்லை; பார்வை பட்ட
தெருவுக்குள்; தெருத்தாண்டி குளத்தில்; சாலை
   தீண்டுகிற உன்பார்வை இடத்தில்; தோன்றும்
மரு; மச்சம் எங்கேனும் உண்டா; உன்னுள்
   மற்றெதிலும் புதையல்கள் இருக்கக் கூடும்.   179

❈ ❈ ❈

வியந்தான் வியர்த்தான் கம்பன்

57

தினமுங் கொன்றாய்

ஒவ்வொரு அணுவுக்குள் காதல் கொண்டாய்
    உள்ளூடி எனையீர்க்கும் ஊடல் கொண்டாய்
அவ்வைக்கு இணையாக அறிவு கொண்டாய்
    அவ்வுலகும் காணாத எழிலைக் கொண்டாய்
கொவ்வைக்க னியிதழின் சிவப்புக் குள்ளே
    குவலயத்தில் என்போன்றார் இதயங் கொண்டாய்
கவ்வைக்கும் உதவாத நாணங் கொண்டு
    கண்ணேநீ பிழைக்கவைத்து தினமுங் கொன்றாய்.   180

சிங்காரத் தோட்டத்தில் சிறக டித்து
    செல்லாத இரவுக்குள் இதழ்து டித்து
உங்காரப் பாட்டுக்கு மெட்ட மைத்து
    உதட்டுக்குள் உதட்டாலே கதவ டைத்து
பங்காளி சண்டைபோல் அடம்பி டித்து
    பகிர்ந்திடுவோம் இன்பத்தை வெலவ லத்து
மங்காத இளமைக்கு நாம்வி ருந்து
    மறுநாளில் ஆதவனை நாம்ச பித்து.   181

❋ ❋ ❋

புதையாத புதையலே

புதையாத புதையல்நீ என்றன் நெஞ்சில்
    புதைந்ததுவு மில்லாது; எட்டு மாத
விதையாகி வயிற்றுக்குள் புகுந்து கொண்டு
    "விலுக்" கென்று உதைத்துருட்டும் குழந்தை போல
உதைக்கின்றாய் உருட்டுகிறாய் உள்ளம்; நெஞ்சை
    உண்மையையநான் உரைத்திடவா அந்தப் போதில்
வதையென்றோ இன்பமென்றோ அறிவ தற்கு
    வழியின்றி வரவேற்று காக்கின் றேனே.   182

கதைபேசி திரிவோரைக் கண்டால் என்னுள்
    கட்டடங்கா கோபத்தீ; ஆனால் உன்றன்
கதைபேசும் யாரையேனும் காண்கின் அன்னார்
    கால்பற்றி முத்தமிட்டு வணங்கத் தோன்றும்
இதையென்ன சொல்லுவது; கண்ணே உன்றன்
    எழில்கண்ட பின்னாலே யார்க்கும் புத்தி
சிதைக்குத்தான் போகுமடி; சிங்கம் என்னை
    சீயென்றி கழும்படிதான் ஆக்கிவிட்டாய்.   183

அதிரதிர என்முன்னால் நடந்து போவாய்
    அழுகுணியாய் நானுன்னை அரற்றிப் பார்ப்பேன்
எதிரணியாய் நீயென்னை எரிக்கப் பார்ப்பாய்
    எதுவெனிலும் என்காதல் தாயாய்ப் பார்ப்பேன்

புதுவிதமாய் பூவாகி பூத்துப் போவாய்
    புரியாது புலம்பித்தான் நானும் வேர்ப்பேன்
எதுவிதமாய் இந்தப்போர் புரியா மல்நான்
    இன்பமொடு என்னையுந்தான் முழுதாய்த் தோற்பேன்.   184

சில்லென்று சிரிக்கின்ற சின்ன மேகம்
    சீயென்ன விந்தையிது மஞ்சள் மேகம்
அல்லென்ற மைக்கூந்தல் புரண்டு ஓடும்
    அதுமட்டும் நீர்கொாண்ட கருப்பு மேகம்
நில்லென்று அதுவென்னை நிறுத்தப் பார்க்கும்
    நீர்வழிய இருகையால் குடிக்கத் தோன்றும்
கல்லென்று திரண்டிருக்கும் நெஞ்சைக் கண்டு
    கண்ணொாற்றி கண்ணெற்றி அழவே தோன்றும்.   185

ஆதவனினின் மேலூரரும் வண்டி ரண்டாய்
    அம்மாஉன் மேனியிலென் கண்கள் ஊரும்
போதுனக்கு என்னென்னை உணர்ச்சி தோன்றும்
    போதாது போதாது என்று என்னுள்
ஊதையொடு வாதையெலாம் வந்து தோன்றும்
    உனக்குள்ளே நானுட கொஞ்சம் தீரும்
பாதையெலாம் நீகாட்ட பழுத்தி ருப்பேன்
    இல்லையெனில் பாடையிலே படுத்தி ருப்பேன்.   186

❇ ❇ ❇

கவிஞர். இர. அரங்கநாதன்

வடம்பிடிக்கா வண்ணத்தேரே

முடிந்ததுவே இன்பமென முடங்கிப் போவேன்
   மோகத்தால் முக்கோடி காதல் பார்வை
தெடங்கிடுவாய்; முடங்கியநான் திமிறிக் கொண்டு
   தொடைதட்டி; திமிறியெழுங் காளை போல
இடம்வலமாய் இருகோடி முத்தந் தந்தால்
   இன்னும்தான் வேண்டுமென அடம்பி டிக்கும்
வடம்பிடிக்கா திழுக்கின்ற வண்ணத் தேரே
   வாவென்ற ழைக்குந்நாள் எந்த நாளோ.   187

பாரதியின் குயிலே

முன்ஜாமீன் கேட்குமொரு முனகல் சத்தம்
   முகங்கண்டால் என்மனதில் காதல் யுத்தம்
உன்ஜாடை கண்டாலே நித்தம் நித்தம்
   உள்ளுக்குள் பாரதியின் குயிலே கத்தும்
அஞ்சோடு ஆறல்ல; கண்ணே என்றன்
   ஆழ்மனதின் ஆலயத்தில் சிலையாய் நிற்க
வந்தாயே! பெண்தாயே பிரிவில் கூட
   வாதாயே எனதாயை வாழ்த்து வேனே.   188

எந்நாளோ

வரிசங்கம் நின்றூத வளையல் பாட
    வட்டவிழிப் பார்வையினால் ஊர்கோ லத்தில்
முரசங்கள் நின்றார்க்கும் போதில் என்றன்
    முகம்பார்க்க புறப்பார்வை பார்த்த தில்தான்
சரசங்கள் சாமரங்கள் கூட்டி கொஞ்சம்
    சாகசமாய் ஊடல்கள் சேர்த்து; லேசாய்
விரசங்கள் விழியாலே காட்டி; வெட்கம்
    விரவிவர நீபார்க்கும் நாளெந் நாளோ.   189

தெருவோரம் நிற்போரும் மருக; பக்கம்
    திரிவோரும் என்னதிட்டம் வியக்க; உன்றன்
உருகண்டு உடன்வந்தோர் உறைய; என்னை
    ஒரெதிரி போலேதான் பார்க்க; என்றன்
அருகேதான் அழகுதேர் அசைய; அய்யோ
    அவளருகே நிலைகுலைய நானும் நின்று
உருகாத வெண்ணையென உருகி; ஓர்நாள்
    உன்மடியில் தலைசாய்க்கும் நாளென் னாளோ.   190

நிற்கும்போ தொருஅழகு; நெஞ்சுக் குள்ளே
    நீர்வீழ்ச்சி கொட்டுதல்போல் முத்தி னத்தின்
பற்கள்நீ காட்டித்தான் சிரிக்கும் போது
    பாரையுந்தான் ஊடுருவும் பார்வை என்னும்;

கவிஞர். இர. அரங்கநாதன்

விந்தைநீ காட்டுகையில்; மிதந்து போகும்
    விதத்தில்நீ தேரைப்போல் நடக்கும் போதும்;
தித்திக்கும் தேன்குரலில் பேசும் போதும்;
    தீயொத்து உன்னழகு எரித்துப் போகும்.   191

புரியாத புதிரென்மேல் காதல் கொண்ட
    புதிரென்ன எனக்கதுதான் புரியவில்லை
ஒருநாளும் எண்ணவில்லை உன்னைப் போலே
    ஒப்பில்லாப் பேரழகை காண்போ மென்று
திரிதீர்ந்த தீபம்போல் தீக்கி ழந்தேன்
    தேடியெனை நீவந்தால் தீப மாவேன்
ஒருவார்த்தை மறுத்தேதும் உன்னில் வந்தால்
    உடலிருக்கும் உயிர்பறக்கும் உண்மை வா! தேன்.   192

✳ ✳ ✳

உனக்கீடாய் யாருமில்லை

உயிர்துடிக்க உனைக்கலக்க எண்ண வில்லை
    உனக்கீடாய் ஆணழகன் உலகில் இல்லை
பயிர்வளர்த்து பார்த்திருக்கும் பாம ரன்போல்
    படைத்தவனே பேதலிக்கும் அழகே உன்னை
உயிரிருக்கும் நாள்வரையில் தினமுங் கண்டு
    உயிர்ப்பெடுத்த பலனடைய ஏங்கு கின்றேன்
உயிர்நிறுத்த பிறவியிலே ஒருநா ளைக்கு
    உனைத்தொட்டு பார்ப்பதற்கு உதவு வாயா.   193

✳ ✳ ✳

எத்தனை நிறம்மாறும் இதழ்கள்

எத்தனைதான் நிறம்மாறும் உன்னி தழுகள்
    இளஞ்சிவப்பு; என்றேநான் எண்ணும் போதில்
ரத்தமென மாறுவதை கண்டு அஞ்சி
    ரட்சிப்பா யென்றுந்தன் இடையைப் பார்த்தேன்
தத்துநிலா போல்மஞ்சள் நிறந்தான்; நெஞ்சில்
    தத்துவங்கள் வளர்க்கிறதே; திரண்ட மேகம்
ஒத்தகரு கூந்தல்நான் கண்டு என்னுள்
    உணர்வென்னும் புயலடிக்க புலம்பு கின்றேன்.   194

விடியாத இரவுக்குள் புகுந்து கொண்டு
    விளையாட்டாய் உனைநினைத்தேன் தேனே என்று
வடியாத பேரழகு ஆற்றில் வீழ்ந்து
    வருவாரோ யாரேனும் வெள்ளம் மீண்டு
அடிபாவி அழகென்னும் அமில ஆறு
    அதில்வீழ்ந்தேன் என்னாகும் என்றன் பாடு
துடிக்காது துடிக்கின்றேன் ஆனா லுந்தான்
    துன்பத்தில் இன்பந்தான்; என்னைத் தேடு.   195

இதழொற்றி என்னைநீ கூறு போடு
    இடைபற்றி தொட்டபின் புதைமண் சேறு
அதிலிட்டு மீட்டென்னை கொன்று போடு
    அதற்குமுன் முத்தத்தால் என்னைத் தேடு

கவிஞர். இர. அரங்கநாதன்

பதிவிட்ட காயங்கள் என்றன் பீடு
பல்லென்னும் முல்லைப்பூ வெட்கத் தோடு
ஜதியிட்ட நடையோடு காதல் பாடு
தாலாட்டை கட்டில்மேல் சுதியி னோடு. 196

விளங்காத பயலுக்கும் காதல் தன்னை
விளங்கவைத்து மறைகின்றாய்; வாழ்வி ருட்டில்
விளக்கன்றோ உன்றனெழில்; விட்டில் பூச்சி
விளக்கின்மேல் வீழ்திறக்கும்; வேண்டாம்; பூவின்
விளக்கம் நீ; வாழ்வுக்கும் விளக்க மாகி
விளங்கவையேன் என்றனையும்; விளங்கா விட்டால்
விளக்கற்று போகுமடி; என்றன் வாழ்வின்
விளக்கேநீ விளக்கேற்ற வந்தால் வாழ்வேன். 197

❋ ❋ ❋

மாந்தோப்பு குயிலே

பிறப்பொக்கும் உயிர்க்கெல்லாம் என்றான்; உன்றன்
   பிறப்புக்கு இணையாக யாரைக் கொள்வேன்
துறப்புக்கு போனாலும் தூண்டும் பெண்மை
   தூண்டியிலே மீனாகும் என்றன் ஆண்மை
மறப்புக்கு ஏலாத மலரின் காடு
   மாந்தோப்பு குயிலுன்றன் குரலின் பீடு
அறத்துக்கும் மறத்துக்கும் ஆதி பெண்மை
   ஆனாலுன் வரத்தில்தான் உயிர்க்கும் ஆண்மை.　　198

வீட்டுக்கு வீடுவாசற் படிதன் என்பார்
   வீழ்ந்துபட்ட கூரையானால் வீடே யில்லை
காட்டுக்கு அரசன்யார் சிங்க மென்பார்
   கடிக்கின்ற பல்போனால் சிங்கத் துக்கு
காற்காசு மதிப்பில்லை; கண்கள் பார்க்கும்;
   காணொளிக்கு கண்போனால் வேலை இல்லை
ஓட்டுக்கு பணங்கிடைக்கா ஒருவன் போல
   உழலுதடி என்மனமும் நீயு மின்றி.　　199

கையூட்டு பெற்றுன்னை படைத்தா னோதான்
   கைகட்டி கால்கட்டி ஆற்றி லிட்ட
மெய்யாச்சு மெய்யாக என்றன் மெய்யும்
   மெய்க்குள்ளே நீபார்த்தால் சாரல் பெய்யும்
கைகட்டி என்னைநான் பார்க்கின் றேனே
   கையறுந்த நிலையாச்சு என்னீ லைமை
பொய்யென்பார் மெய்யழகை; மெய்யாய் நானும்
   பொய்யென்றே அதையுரைப்பேன்; பொய்யே இல்லை.　　200

✳ ✳ ✳

கவிஞர். இர. அரங்கநாதன்

காதல் குண்டு

தைவந்தால் தமிழருக்கு கொண்டாட் டந்தோன்
    தையல்நீ தைமாத குளிரில் வந்த
மையல்நீ; மாற்றுநீ; குளிரைப் போக்கும்
    வைகறைநீ வாழ்வும்நீ வாழ்த்தும் நீதான்
பெய்யாமல் பெய்கின்ற பேய்ம ழைதான்
    பீறிட்டு வளருதடி காதல் கூழ்தான்
எய்யாமல் எய்கின்ற காமன் அம்பு
    இடையருகில் வெடிக்கின்ற காதல் குண்டு.   201

முடித்திடவே முடியாத காதல் பாட்டு
    முடியவில்லை காரணத்தை நீயே காட்டு
படிக்கையிலே விளங்குதல்போல் பாவங் காட்டும்
    பாவம்நான் அரைகுறையாய் விளங்கி மீட்டும்
படிப்படியாய் என்வசத்தை இழந்து; என்று
    படித்துன்னை அறிவேனோ தரையில் நீதான்
கிடக்கையிலே பூந்தோட்டம் போன்றாய்; உள்ளக்
    கிடக்கையைநான் உணர்த்துகிறேன் வரங்கொ டுப்பாய்.   202

ஓங்காரத் தில்லடங்கும் உலக மென்பார்
    உன்விழியால் சிறைப்பட்டு உணர்ந்தேன்; வண்டின்
ரீங்காரம் பூவைத்தேன் சுரக்க வைக்கும்
    நீதார மாகிவிட்டால் உன்னில் சொட்டும்
தேன்காரம்; உங்காரம் என்ற னுள்ளே
    தீமூட்டும்; நீமூட்ட நிலைப்ப டாது
வான்தேடும் நிலவைப்போல் தேடி உன்னை
    வாழ்நாளில் பிரியாது வாழ்ந்தி ருப்பேன்.   203

✳ ✳ ✳

வியந்தான் வியர்த்தான் கம்பன்

குறையில்லா எழிலினாள்

ஏதாவா தொருகுறைதான் இருக்க வேணும்
    இதுதானே இயற்கைவிதி என்னீ றைவா
சோதாவா யானாயோ பாவி; யாரும்
    தோத்திரங்கள் சொன்னாலும்; யாகம் பூசை
யாதானுஞ் செய்தாலும் இவளைப் போல
    இணையில்லாப் பேரழகி உண்டோ; என்றும்
சேதார மில்லாத எழிலைத் தந்தாய்
    சேதார மாகித்தான் புலம்பு கின்றேன்.   204

எங்கேனும் குறைகாண உன்னைக் கண்டேன்
    எல்லாமும் சொர்க்கத்தின் சூக்கு மம்போல்
தங்கத்தின்; சந்தனத்தின்; பிழிவைக் கொட்டி
    தன்ரசத்தை முழுதாக அதில்க லந்து
முந்தித்தான் செய்தவத்தை அழகென் றாக்கி
    முன்பின்னே உனிலிட்டு; மன்ம தன்தான்
வந்தித்தான்; உணையெண்ணி பேத லித்தான்
    வந்துநான் உனைக்கண்டு மூச்சி ழந்தேன்.   205

வந்துதேன் உன்னிதழில் கொட்டும்; கண்ணின்
    வாள்வீச்சு உயிரில்போய் முட்டும்; நெஞ்சின்
பந்துபோய் மனக்கதவைத் தட்டும்; பாரம்
    தாங்காமல் பாழுமிடை கத்தும்; உன்றன்
கொஞ்சல்தேன் குளிர்நிலவை வீழ்த்தும்; எங்கும்
    குமரித்தேன் மேனியெலாம் வீழும்; மோகம்
நஞ்சில்தேன் கலந்தென்னை தாக்கும்; நீயும்
    நடக்கத்தான் என்மேனி பாதை யாகும்.   206

✳ ✳ ✳

கவிஞர். இர. அரங்கநாதன்

பார்ப்பதினால் வரும் நோயைப்பார்

எண் சீர் விருத்தம்

பார்த்ததினால் பட்டுவிட்டோன் சொல்வார் பல்லோர்
   பார்த்தவரைப் பரிகாசம் செய்வேன்; என்னைப்
பார்த்தவரும் பரிகாசம் செய்தார்; உன்னைப்
   பார்த்ததினால் பட்டுகெட்டு அலைந்தேன்; பாவம்
பார்த்தவரும் கண்ணில்நீர் உகுத்துச் சொன்னார்
   பார்த்தாயா; பார்;தாயா அவளு னக்கு
பார்த்ததினால் பாழாகிப் போனாய் தானே
   பார்ப்பதினால் வரும்நோயைப் பார்நீ யென்றார்.   207

பார்த்தாயே அழகுக்கு நீதா னம்மா
   பார்த்தாலே ஒருநாளில் புரியா தார்க்கும்
பார்க்கத்தான் பார்க்கத்தான் புரிந்தேன் நானும்
   பார்த்ததினால் பார்தாக்கும் பாவி யானேன்
பார்த்தாயே நீகொஞ்சம் திரும்பி என்னை
   பார்க்காவிட் டாலென்னை பார்ப்ப தற்கு
பாரில்நான் இருப்பதற்கு வாய்ப்பே இல்லை
   பார்;தாயா னால்நீயும் பார்க்க வேணும்.   208

குறைமீது குறைகொண்டேன்; கொண்டேன் கோபம்
   குறையேநீ அவளழகில் குறைந்தி ருந்தால்
குறையாதே நிம்மதியும்; குலைந்தே னேநான்
   குறைத்திடவே முடியாதா; குக்கல் ஒன்று
குறையாத மலைபார்த்து குரைத்தல் போல
   குறைகொண்டு குரைக்கின்றேன்; எனக்கு மேனும்
குறையில்லா அழகைநீ கொடுக்க வேணும்
   குறையேநீ குறையெனக்கு நீக்க வேணும்.   209

✳ ✳ ✳

வியந்தான் வியர்த்தான் கம்பன்

நிறங்குறையா சிரங்குறையா குழலாம் மேக
    நீள்குறையா; நீர்க்குறையா நீலக் கண்ணின்
திறங்குறையா; பஞ்சடைத்த நெஞ்ச மேட்டின்
    திண்குறையா; நீண்டுயர்ந்த மூங்கில் போன்ற
அறங்குறையா கரங்குறையா; இடையில் மின்னல்
    அதுகுறையா; அசைந்தசைந்து தேர்போல் செல்; பின்
புறங்குறையா; இறைதந்து முன்னால் உள்ள
    பொன்வேய்ந்த பெண்குறையா என்ன சொல்ல.   210

படைகுறையா மன்மதனின் படையில் நிற்க
    படைத்தானோ தாமரையான்; தென்றல் போன்ற
நடைகுறையா! நாள்குறைய எழிலில் ஏறும்
    நாபியுந்தான் குறையாமோ; கணத்து நீண்ட
தொடைகுறையா; தற்குறியா யாக்கி; நெஞ்சை
    துளைத்துநஞ் சைவிதைக்கும் தோள்கு றையா
கடைவிரிய கட்டழகைக் காட்டும் கெண்டை
    கால்குறையா விரல்குறையா கண்டே னில்லை.   211

குறையில்லா குறையின்றி வேறு இல்லை
    குறைமனமா சுற்றிவரும் எனக்கு உன்மேல்
குறையில்லா குறைதானே மிக்க தொல்லை
    குறையான வாழ்வுபெற்றேன்; உன்னை பெற்றால்
குறைநீங்கி வாழ்வெனக்கு வந்து சேரும்
    குறைநீக்க மறுத்தாலே என்னைக் கொன்ற
குறையுனக்கு வந்துசேரும்; கண்ணே நீயும்
    குறையில்லா வாழ்வுபெற குறையை நீக்கு.   212

❋ ❋ ❋

கூடும் கூடும் கூடும்

இமயமலை இல்லாமல் போகக் கூடும்
    இரண்டிரண்டாய் ஆதவனும் ஆகக் கூடும்
உமையவளை சிவனாரும் துரத்தக் கூடும்
    ஒப்பித்தான் வேல்முருகன் சிரிக்கக் கூடும்
சுமையெனவே தாய்மகனை எண்ணக் கூடும்
    சோம்பேறி ஓர்நாளில் உயரக் கூடும்
அமையாத மனைவிக்கு அடிமை யாகி
    ஆண்மகனும் நிம்மதியாய் வாழக் கூடும்.　　　213

கடல்வற்றி கொக்குமீன் திண்ணக் கூடும்
    கன்னியோர்நாள் குழுவிபெற்று கொஞ்சக் கூடும்
உடலின்றி உயிருலகில் உலவக் கூடும்
    ஊடலிலா காதல்தான் சுவைக்கக் கூடும்
மடலொன்று எழுதாமல் இலங்கை பூசல்
    மரித்திடநம் மீனவர்மீன் பிடிக்கக் கூடும்
இடர்நீக்க இறங்கிவந்த தேவ தைநீ
    இல்லாமல் எப்படிநான் வாழக் கூடும்.　　　214

புதல்போர்த்த புலிகருணை பொழியக் கூடும்
    புறஞ்சொல்வார் மனமொருநாள் திருந்தக் கூடும்
கதைபேசி திரிவேர்கள் வளரக் கூடும்
    கல்லாதான் தத்துவங்கள் அறியக் கூடும்
உதைக்காமல் பாகிஸ்தான் திருந்தக் கூடும்
    ஒருநாளில் பாரதத்தோ டிணையக் கூடும்
பதைக்காத நெஞ்சமெலாம் பதைத்து விம்மும்
    பட்டழிகி யின்றிவாழ என்று கூடும்.　　　215

பொய்யின்றி உலகொருநாள் ஆகக் கூடும்
    பொய்யகற்றி புலவோர்கள் பாடக் கூடும்
மெய்யில்லா மெய்வாழ்க்கை மெய்யே என்று
    மெய்ஞ்ஞானி ஓர்நாளில் நம்பக் கூடும்

கையில்லா முடவனுமோர் கயிறு கட்டி
    கந்தர்வ லோகஞ்சென் றேகக் கூடும்
அய்யோஉன னைக்கண்ட பின்னே யார்தான்
    அசையாத மனத்தோடு வாழக் கூடும்.   216

சுட்டபழும் முருகனுந்தான் கொடுக்கக் கூடும்
    சுவைகண்டு ஒளவையயவள் வியக்கக் கூடும்
கட்டெறும்பு ஓர்நாளில் கழுதை யாகி
    கனபொதியை சுமந்திடவே கூடும்; மெத்தை
கட்டிலுக்கும் தொட்டிலுக்கும் தொடர்பே இன்றி
    கனிமதலை யோர்நாளில் பிறக்கக் கூடும்
விட்டகுறை தொட்டகுறை இன்றி உன்னை
    விட்டகன்று எப்படிநான் வாழக் கூடும்.   217

முட்டாளுக் கோர்நாளில் புத்தி வந்து
    முன்பின்னை யோசித்து வாழக் கூடும்
எட்டாத கனிகளைவிட் டிறங்கி வந்து
    இருகையில் உணச்சொல்லி கெஞ்சக் கூடும்
முட்டாத காளைதான் காலை மாலை
    முன்னூறு படிபாலை கறக்கக் கூடும்
கிட்டாமல் நீபோனால் கண்ணே நானும்
    கிளைபரப்பி எவ்வாறு வாழக் கூடும்.   218

உனக்குநான் ஈடில்லை உண்மை; என்னை
    உன்னருகில் சேர்த்தாலே ரொம்பத் தொல்லை
எனக்குமைக் கரிதானே நிறந்தான்; ஆனால்
    எனக்குள்ளே எரிகின்ற காதல் தீயோ
உனக்குள்ள தழல்நிறத்தை மிஞ்சும்; கண்ணே
    உனையெண்ணி உனையெண்ணி உருகும் என்னில்
தினமுந்தான் சிலமாற்றம் நிகழ்தல் கண்டேன்
    திரித்திரியாய் நிறங்கொஞ்சம் மாறக் கண்டேன்.   219

பிறக்கும்முன் நானேனோ திருந்த வில்லை
    பிரம்மாநீ எனைப்புவியில் பிறக்க வைத்தாய்
துறப்பானும் கண்டுவிட்டால் துறத்தல் தன்னை
    துறக்கின்ற பேரழகி; அவளும் என்னை

கவிஞர். இர. அரங்கநாதன்

இறக்கின்ற வரையில்தான் காண வேண்டாம்
        இனியவளும் ஒருவேளை காண நேர்ந்தால்
நிறமென்னை நீமாற்று; இல்லை யென்றால்
        நீபடைத்து நீகொன்ற பாவம் சேரும்.   220

இதழின்மேல் இதழ்வைத்து; இன்பத் தேனை
        இழுக்கின்ற தேனீபோல் இழுக்கும் போதில்
கடலில்போய் மழைபெய்யும் தன்மை போல
        கரை(க்)கின்றேன் என்னைநான் அந்தோ; உன்றன்
உடலில்என் உயிர்சேரும் போதில் என்றன்
        உயிரெங்கே எனநானும் தேட; உன்றன்
தொடலில் உன் உயிரோடு உறைந்த தென்று
        உணர்ந்தென்றன் உயிர்படுமாம் பாட்டைப் பாராய்.   221

வியந்தான் வியர்த்தான் கம்பன்

அணைப்பதினால் அணைப்பாயோ

நள்ளிரவா நடுநிசியா அறியா நேரம்
        நாளென்றும் இரவென்றும் எந்தப் போதும்
துள்ளிவரும் கார்குழலாள் நினைவே மோதும்
        தோகையரை நினைந்துருகும் இளமைக் காலம்
வெள்ளியென சில்லரையாய் விண்மீன் கூட்டம்
        விண்வெளியில் புன்னகைக்கும் மந்த காசம்
அள்ளியெனை அணைத்திடவே ஒருத்தி வந்தாள்
        ஆகாயப் பந்தலிலே ஊஞ்ச லிட்டாள்   222

நிலமதிர நெஞ்சதிர நெஞ்சத் துள்ளே
        நெடுநாளாய் வளர்ந்திருந்த கர்வ சர்வ;
புலமதிர பூவதிர பூலோ கத்தின்
        புரியாத பல்லுயிரும்; புலப்ப டாத
தலமதிர தாளதிர தங்க மேட்டை
        தாங்கொணா திடையதிர; தவித்த என்றன்
வலமதிர இடமதிர வந்தா என்னாள்
        வரிகேட்டு தலைகொய்யும் மன்னன் போல   223

திகைத்தேன்நான் தீதொட்ட புழுவோ என்று
        தீஞ்சுவையில் தீயொன்றைக் கண்டே னின்று
பகைத்தேனே என்னைநான் ஆகா நன்று
        பாலவைத்தேன் குடத்தைதான் சுவைக்க வென்று

கவிஞர். இர. அரங்கநாதன்

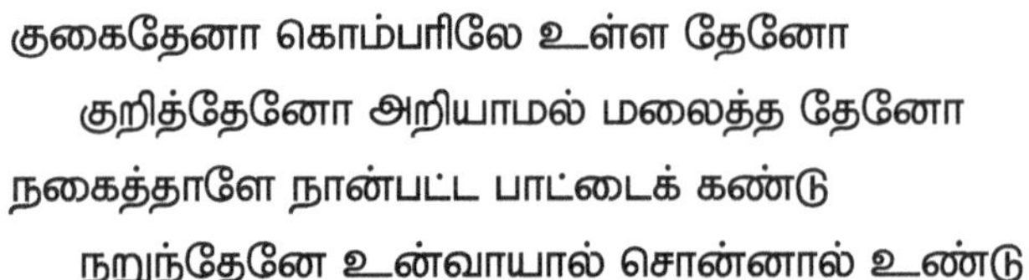

குகைதேனா கொம்பரிலே உள்ள தேனோ
    குறித்தேனோ அறியாமல் மலைத்த தேனோ
நகைத்தாளே நான்பட்ட பாட்டைக் கண்டு
    நறுந்தேனே உன்வாயால் சொன்னால் உண்டு   224

சுற்றிவிட்ட பம்பரம்போல் சுற்றி னேன்நான்
    குக்குமத்தின் கயிறெங்கே அவளி டந்தான்
எற்றிவிட்ட பந்தைப்போல் எழுந்து போவேன்
    என்னவளின் பார்வையினால் கந்த லாவேன்
தொற்றிவிட்ட காமத்தீ துளைக்கும் நெஞ்சை
    தூத்தேறி யவள்பார்வை விதைக்கும் நஞ்சை
பற்றிவிட்ட பாவமது பட்டுப் போக
    பாவிவந்து அணைப்பதினால் அணைப்பா ளோதான்   225

என்றெண்ணி என்னஞ்சு எரியும் போதில்
    இருகோடி மலர்ஒன்றாய்ச் சேர்ந்த தேபோல்
கன்றொன்று தாய்தேடும் தன்மை போல
    கன்னியவள் தாவிவந்தாள் என்னி டந்தான்
தென்றல்நீ தேன்மலர்நான் சேரும் போதில்
    தெவிட்டாத நல்லின்பம் ஆறாய் ஓடும்
என்றாளே; என்றவளின் கைப்பி டிக்குள்
    எனையிழந்தேன் தனைமறந்தேன் எங்கோ சென்றேன்   226

இடைவந்து என்னிடையே மாட்டிக் கொள்ள
    "இடை" விடா தென்னேரம் கொஞ்சும் போதில்
இடையினிலே எழுந்தோடிப் போவ தெங்கே
    இடையில்லா என்னவளே கருணை யின்றி

104

இடையிலேநீ எழுந்தோடிப் போவ தென்மேல்
    இடிவிழுந்த நிலையாகு மறியா யோநீ?
இடைகுறைய இருபுறமும் பெருத்த பூவே
    இடை மீதில் எனையேற்றால் இனிக்கும் சாவே   227

என்றபடி என்னவளை இறைஞ்சி நின்றேன்
    இடிவிழுந்த கோபுரம்போல் குலைந்து போனேன்
உன்றனடி தொழுவதன்றி வேறு இல்லை
    ஊர்கூடி தேரிழுக்கும் வேலை இல்லை
நின்றழுதேன் நெட்டுயிர்த்தேன் நிலைப்ப டாமல்
    நேர்ந்துவிட்ட சேவலைப்போல் சுற்றி வந்தேன்
கொன்றொழிக்கும் கொலைகாரி கொடுமைக் காரி
    கூறியசொல் என்னுரைப்பேன் ஏது ரைப்பேன்   228

ஊடலது இல்லாத கூடல் தானும்
    உட்பொருளே இல்லாத கவிதை போலும்
மாடெதுவும் இல்லாத மன்னன் போலும்
    மறையோதா ஆரியனின் குடுமி போலும்
தேடுவதை நிறுத்திவிட்ட அறிஞன் போலும்
    தென்றலிலே கலந்துவிட்ட புழுதி போலும்
கூடுதனில் துணையயில்லா குருவி போலும்
    குவலயத்து வாழ்வினிலே சுவையே தென்றாள்   229

என்றவளும் எனைவிட்டு நீங்கிப் போனாள்
    இரண்டடிதான் அவள் புரண்டாள் என்ற போதும்
இன்பநதி நீந்திடவே சென்றே னுக்கு
    இருநூறு காதம்போல் தெரிந்த தம்மா

அன்புநதி ஆசைநதி நீந்த வந்தேன்
         அந்தரதி ஆயுள்சதி செய்து விட்டாள்
என்புருக்கும் மோகநதி குளிருக் குள்ளே
         எனைப்பிடித்து தள்ளிவிட்டு எக்க லித்தாள்   230

அன்னவளோ டொருநாளும் சேர்ந்து வாழ்ந்தால்
         ஆகார மின்றியாயுள் முழுதும் வாழ்வேன்
என்னவளும் கையிணைக்க சம்மதித்தால்
         இரப்போரும் உண்ணாத ஊசிப் போன
பின்னமுள்ள உணவையான் உண்டு வாழ்வேன்
         பேய்கூட தாய்போல தெரியக் காண்பேன்
கன்னலென நின்றிருக்கும் காலி ரண்டில்
         கற்பூரங் காட்டிடுவேன் தொழுதி ருப்பேன்   231

பரிதியெழும் முன்னாலே சிவப்பு வண்ணம்
         பாவையவள் இதழிரண்டில் தோன்றும்; என்றன்
குருதியெலாம் குக்குக்கு குகுவே யென்று
         குயிலொன்று நரம்பெல்லாம் ஒடுதல்போல்
வரைமுறையில் லாவெழிலாள் எண்ணம் என்னுள்
         வந்துவந்து மோதுகையில் எல்லாம் மாறி
அரைகுறையாம் அறிவோடு அலைகின் றேன்யான்
         அவள்வந்து அறிவினையும் மீட்பா ளோதான்   232

மெய்யுடனே மெய்யாக கலந்து விட்ட
         மெல்லிடையாள் தனைக்கையால் துழாவி னேன்நான்
பொய்யுடைத்த உலகமடா புளுகில் தோய்ந்த
         புரட்டான வாழ்க்கையெடா மனிதன் ஆயுள்;

பையரவு நஞ்சையெலாம் நெஞ்சில் தோய்த்த
    பல்லுறவு இவ்வுலகில் வாழும் போதில்
மெய்யுறவு உண்டென்றால் காதல் தானே
    மேவியவள் வறவதுவும் கான லாச்சே   233

மெல்லியலாள் மேனிநறும் வாசந் தானும்
    மேவிய நல் இளமையதும் ஒன்றாய்ச் சேர்ந்து
சல்லடையாய் எனைத்துளக்க தேரின் காலில்
    சாய்ந்துவிட்ட கர்ணனைப்போல் சிந்தை ஓய
அல்லிடையே வந்துதித்த சொப்ப னத்தால்
    அடியேனும் உணராது பேத லித்து
கல்லிடையே நாருரிக்க முயன்று தோற்றேன்
    கனவுகொலோ என்றறிந்து வெட்கிப் போனேன்   234

இளமையினை இலேசாக என்னா தீரும்
    எதுவுமில்லை இதிலேதான் என்று சொல்லும்
உலகியலின் கூற்றெல்லாம் உருண்டு போன
    ஓய்விளமை காலத்தே தோன்றும் எண்ணம்
களவியலும் காமமதும் கந்த கம்போல்
    கண்ணிமைப்பில் தீப்பற்றும்; செய்யும் நாசம்
உளமுழுதும் எரிகின்ற உலுத்த நோயை
    ஒழித்திடத்தான் இயலாமல் புலம்பு கின்றேன்   235

❊ ❊ ❊

கவிஞர். இர. அரங்கநாதன்

வெறும் வாழ்வும் பெரும் வாழ்வாம்

காதல் கவிதை

புறப்பார்வை கண்டதினால்; புன்ன கைக்கும்;

பொல்லாத இதழ்விரிய கண்ட தாலும்

முறங்கொண்டு புலிவிரட்டும் தமிழ்ப்பெண் உன்றன்

முறைப்பையன் என்றென்னை எண்ணிக் கொண்டு

அறஞ்சேர்ந்தால் அருள்சேரும் தன்மை போல

அடியேனை உனில்சேர்த்து அணைத்துக் கொண்டால்

வெறும்வாழ்வு பெரும்வாழ்வாய் மாறிப் போகும்

விலையில்லா என்வாழ்வு உன்னில் சேரும்.			236

வியந்தான் வியர்த்தான் கம்பன்

www.ingramcontent.com/pod-product-compliance
Lightning Source LLC
Chambersburg PA
CBHW040742120726

48007CB00007B/65